सेल्फी

अरविंद जगताप

सकाळ प्रकाशन

सकाळ प्रकाशन

सेल्फी
© अरविंद जगताप, २०२३

Selfie
© Arvind Jagtap, 2023

प्रथम आवृत्ती	:	जानेवारी, २०२४
प्रकाशक	:	सकाळ मीडिया प्रा. लि. ५९५, बुधवार पेठ, पुणे ४११ ००२
मुखपृष्ठ	:	सरदार जाधव
मांडणी	:	सकाळ प्रकाशन
मुद्रितशोधन	:	अश्विनी महाजन
मुद्रणस्थळ	:	विकास प्रिंटिंग अ‍ॅण्ड कॅरिअर्स प्रा. लि. प्लॉट नं. ३२, एमआयडीसी, सातपूर, नाशिक
ISBN	:	978-81-19311-86-6
संपर्क	:	०२०-२४४० ५६७८ / ८८८८८ ४९०५० sakalprakashan@esakal.com

झाडाचे गुण गाऊ

झाडाचे गुण घेऊ

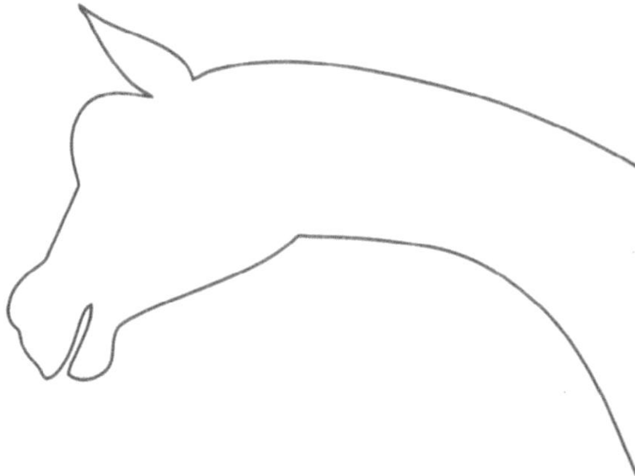

सेल्फी का?

आपल्या जगण्याचा अविभाज्य भाग झालेली गोष्ट म्हणजे सेल्फी. मोबाईलमध्ये पूर्वी फक्त इतरांचे फोटो काढणारा, जगाकडे बघणारा कॅमेरा असायचा. मग समोर कॅमेरा आला. स्वतःकडे बघणारा. आणि आपण जगाकडे बघायला विसरूनच जाऊ की काय अशी भीती वाटू लागली. डोळे जग बघण्यासाठी असतात. पण त्यांचं अर्धावेळ काम आता स्वतःकडे बघण्याचं झालंय. येता जाता लोक सेल्फी घेऊ लागले. दुसऱ्या कुणी फोटो घेतला तरी एक सेल्फी घेतल्याशिवाय चैन न पडणारे असंख्य लोक आहेत. शेवटी एक सेल्फी कशासाठी? एकतर आपला फोटो काढणाऱ्यावर आपला विश्वास नसल्याचंही लक्षण आहे ते. पूर्वी आपला फोटो आपण काढू शकत नव्हतो. मग सोबत कुणी नसेल अनोळखी तर कुणालातरी विनंती करायचो. त्यानिमित्ताने आपण छान हसून किंवा अतिशय विनवणीच्या सुरात कुणा अनोळखी माणसाला बोलायचो. आता सहसा अशी कुणी कुणाला विनंती करत नाही. थेट सेल्फी घेतात.

आपण लेण्या बघायला जातो आणि स्वतःचे फोटो काढतो. किल्ला बघायला जातो आणि स्वतःचे

फोटो काढतो. देवळात गेलो तरी स्वतःचे फोटो काढतो. जेवतानाही ताटाचे फोटो काढतो. हे काय झालय आपल्याला? आपण सारखे स्वतःचे फोटो का काढतोय? मुळात लोकांनी आपल्या सेल्फीचं रोज कौतुक करावं असं आपल्याला का वाटतं? सेल्फी काढताना सगळ्यात मोठी अडचण काय असते? खूप लोकांचे फोटो बघितल्यावर जाणवतं. मनमोकळं हसणारे खूप कमी लोक दिसतील. आपल्या ओठांचं काय करायचं? उगाच का घट्ट मिटून घेतो आपण? उगाच डोळे का मोठे करतो? हातांच काय करायचं हा मोठा प्रश्न असतो फोटो काढताना.

या पुस्तकातले छोटे मोठे लेख असेच आहेत. स्वतःच स्वतःला विचारावेत असे प्रश्न, स्वतः समजून घ्याव्यात अशा गोष्टी. या वेळोवेळी क्लिक झालेल्या गोष्टी आहेत. हा काही उपदेश नाही. ही सेल्फीच आहे.

हे पुस्तक या प्रकारेच व्हावं अशी प्रेमळ तळमळ असणारा मित्र प्रफुल्ल वानखेडे याचं या पुस्तकाच्या निर्मितीत खूप मोठं योगदान आहे. माझं मुळीच न ऐकता त्याने हे पुस्तक कसं दिसावं हे ठरवलं. तरीही नेहमी त्याचं ऐकावं वाटतं. प्रफुल्ल वानखेडे, चित्रकार मित्र सरदार जाधव आणि सकाळ प्रकाशनचे मनापासून आभार!

सेल्फीतल्या खुप गोष्टी सोनी मराठीवरच्या "कोण होणार करोडपती?" कार्यक्रमासाठी लिहिलेल्या आहेत. सोनी मराठी वाहिनीचे अजय भाळवणकर , अमित फाळके आणि सचिन खेडेकर यांचे मनापासून आभार!

•••

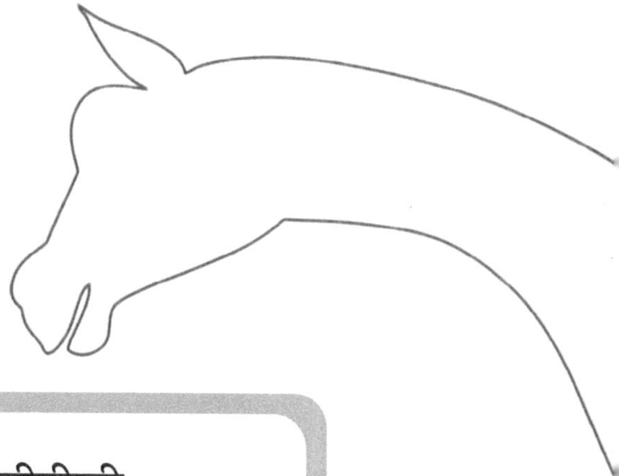

सीसीटीव्ही

सीसीटीव्ही आल्यामुळे किती चोऱ्या पकडल्या जातात, हा वेगळा प्रश्न आहे. पण माणसांमध्ये फरक पडलाय, वागण्यात जरा सुधारणा झालीय. बिनधास्त नाकात बोट घालणारी माणसं लिफ्टमधला कॅमेरा बघून लाजतात. नवरा-बायको असले तरी नीट अंतर ठेवून उभे राहतात कॅमेराच्या भीतीने!

पूर्वी लोक घराबाहेर पडताना वर बघायचे... आकाशाकडे! देवाचा धाक होता. आता लोक काही चूक करताना वर बघतात. सीसीटीव्ही आहे का? सोसायटीच्या आवारात किंवा ऑफीसच्या परिसरात थुंकताना विचार करतात.

बऱ्याचदा जिन्यात लोकांनी घाण करू नये म्हणून देवाचे फोटो लावण्याची पद्धत होती. आता सीसीटीव्ही असतात. सीसीटीव्हीने नकळत देवाची जागा घेतलीय. माणूस देवाकडे बघावं तसं सीसीटीव्हीकडे विनम्रपणे बघतो. तंत्रज्ञानाची ताकद मोठी असते.

आपल्या पिढीचे बाप...

बापावर फार कविता लिहिल्या जात नाहीत. कारण 'तुझी कविता फालतू आहे', असं चारचौघात सांगू शकणारे प्रामाणिक बाप अजून आहेत. आपल्या बापमाणसांची गोष्ट खूप सेम असते. आपण सिनेमासारखे जगलो गावात आणि शहरात. लँडलाइन, पीसीओ, पेजर, मोबाईल असं झपाट्याने जग बदलताना बघत आलो. पण 'बाप' नावाचं रसायन जसंच्या तसंच राहिलं.

वर्तमानपत्रात सातव्या पानावर आठव्या ओळीत पोराचं नाव आलं तरी गावभर दाखवत फिरणारे, ते वर्तमानपत्र सातबाऱ्यासारखं जपून ठेवणारे बाप; पण तोंडावर आपल्याला कौतुक वाटलंय याचा थांगपत्ता लागू न देणारे बाप.

आपल्या तरुणपणी प्रेयसीसारखे वागायचे बाप. 'प्रेम आहे' हे शब्दाने कळूच द्यायचे नाहीत. आपणच ओळखायचं नजरेत.

लहानपणी बापाची वाटणारी भीती हा तक्रारीचा नाही, अभिमानाचा विषय होता. कोण आपल्या बापाला जास्त घाबरतो यावर चर्चा व्हायची. आणि आपण बापाला जास्त घाबरतो हे सांगताना छाती अभिमानाने फुलून यायची.

कणगीसारखे बाप... रांजणासारखे बाप... कधी माथ्यावर आलेल्या सूर्यासारखे... कधी अचानक शिराळ पडल्यासारखे... दुष्काळातसुद्धा नुसतं बघितलं की आधार वाटणारे बाप! बाप सोबत असल्यावर कधी काही कमी पडेल असं वाटायचंच नाही.

मनीऑर्डरवाले बाप... वर्तमानपत्रात गुंडाळून जिलेबी आणि भजे आणणारे बाप.

आईला आवडत नाही, म्हणून गुपचूप ऑम्लेट करून खाऊ घालणारे... तव्याचा वास येऊ नये म्हणून त्यावर ज्वारीचं पीठ जाळणारे. तो धूर बापलेकाचं वंगाळ खाण्याचं पाप नष्ट करण्यासाठी केलेल्या यज्ञासारखा वाटायचा.

शाबासकी मिळेपर्यंत बापाची पाठ दाबण्यातला पराक्रम किती थोर होता! बापाची पाठ चोळून देण्यासारखा आनंद नव्हता.

बाप नेहमी युद्धावर जाणाऱ्या सैनिकासारखा वाटायचा कामावर जाताना. मंत्रीसंत्री खिजगणतीतही नव्हते. आपला बापच देश चालवतो असं वाटायचं. कामावरून परत

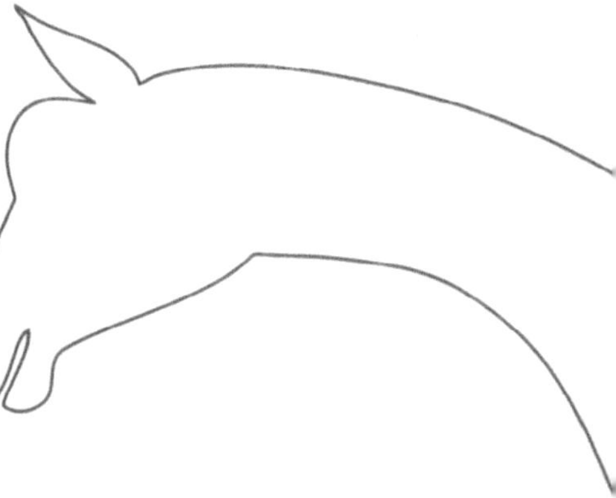

आलेल्या बापाला रस्त्यात गाठून, हातातली बॅग घेऊन घरापर्यंत येण्यात किती थाट वाटायचा. लाडात येऊन बापाने हातावर ठेवलेले चारआणे आठआणे कुठल्याही पुरस्कारापेक्षा कमी नव्हते.

तुम्हांला जगाने डोक्यावर घेतलं तरी लहानपणी बापाच्या खांद्यांवर बसून गर्दीत मदारी दाखवत असलेले खेळ पाहताना जो मोठेपणा वाटला तो कधीच वाटत नाही.

हा झाला आपल्या लहानपणीचा काळ!

पण आपण मोठं झाल्यावर, पोटापाण्यासाठी हिंडायला लागल्यावर, आपली भेट व्हावी म्हणून लहान मुलासारखी वाट पाहणारा बाप... त्याचं काय? लहानपणी आपण घाबरून असायचो... लपून बसायचो चूक झाली की. पण आता पारावर, देवळात, गॅलरीत, गार्डनमध्ये बसलेले वय झालेले तुमचे-आमचे बाप दिसतात. वय झाल्यावर हे बापलोक आईच होऊन जातात. जरब असलेले डोळे असे मायाळू कसे होतात? कित्येक पूर पाहिलेल्या खडकासारखे बाप अचानक पावसात भिजणाऱ्या ढेकळासारखे मऊ होतात. वाईट काही नाही. पण आपल्याला सवय नसते. 'फादर्स डे'ला किती लोकांनी प्रत्यक्ष आपल्या बापाला शुभेच्छा दिल्या असतील? हे असं बापाला सांगता कसं येईल? प्रत्येक बाप काही न बोलताही मुलाला ओळखून असतो. फक्त आपल्यालाही त्यांच्या मनातलं ओळखता आलं पाहिजे. कधी जमेल माहीत नाही. पण जमलं पाहिजे.

ते जमेल तेव्हा जमेल; पण हा 'बाप' शब्द आपण जपला पाहिजे. ज्ञानेश्वरांचा शब्द आहे 'बाप रखमादेवीवरु...'. 'बाप' खूप छान शब्द आहे. वडील म्हणजे फक्त वयाने वडील असल्यासारखं वाटतं. बाप म्हणजे कम्प्लीट बाप वाटतं. आपण व्यक्त व्हायला लाजायला नको... बाप शब्दांच्या बाबतीत आणि प्रत्यक्ष बापाच्या बाबतीत. वडील हीसुद्धा ओळख असली तरी, बापच. कारण बाप म्हणजे लई भारी!

•••

सुरवंट

ख्रिस्तपूर्व चौदाव्या शतकात इजिप्तमध्ये ऑसीमँडीस नावाचा राजा होता. त्या राजाने एक मोठं ग्रंथालय उभं केलं होतं. त्या ग्रंथालयात हजारो ग्रंथ होते. पण सगळ्यांत भन्नाट गोष्ट काय आहे माहितीय? त्या ग्रंथालयाचं नाव! त्या ग्रंथालयाचं नाव होतं, 'आत्मरुग्णालय'. काय सुंदर नाव आहे. ग्रंथालयाचं एवढं उत्तम नाव ऐकण्यात नव्हतं आजपर्यंत.

जगात सगळीकडे माणसाच्या मस्तकाची मशागत पुस्तकाने झालेली आहे. पुस्तकं ठरवत आलीत तो देश कोणत्या दिशेने जाणार आहे. पण यातली अडचण अशी आहे, की फक्त एक पुस्तक नाही... ग्रंथालय.

एक पुस्तक असणारे, एक पुस्तक मानणारे किंवा एकच पुस्तक जाणणारे लोक बऱ्याचदा धोकादायक असतात. आणि नेहमी हे एक पुस्तक म्हणजे धर्मग्रंथ असतं. फक्त आपलाच धर्म माहीत असणारे बऱ्याचदा लोकांचा नाही; तर स्वतःचा धर्मही नीट समजू शकलेले नसतात. धर्माच्या पुस्तकाएवढाच 'पुस्तकाचा धर्म'सुद्धा महत्त्वाचा असतो. पुस्तकाचा धर्म असतो वाचायचा, नष्ट करायचा नाही. पुस्तकं नष्ट करणारे लोक, देश प्रगती करू शकले नाही.

बुद्धाचे अनुयायी जहाजात पुस्तकं घेऊन निघाले होते. बुद्धांच्या विचारांचं सार असणारी, ज्ञान असणारी पुस्तकं. पण प्रवासात अडचण आली. वजन जास्त झाल्याने जहाज बुडणार याची जाणीव झाली. जहाजावर माणसं होती आणि पुस्तकं होती. त्यांनी काय करावं? त्यातल्या काही जणांनी काहीएक विचार न करता समुद्रात उड्या मारल्या. छे! छे! खूप पुढचा विचार करून समुद्रात उड्या मारल्या. इतर कुणी पुस्तकं बुडवून टाकली असती. पण त्यांना ते ज्ञान जगाला द्यायचं होतं, जगभर पोहोचवायचं होतं. त्यांनी स्वतःचं बलिदान दिलं. बुद्धाचे विचार जगभर पोहोचवण्यात त्या लोकांचाही खारीचा वाटा आहे. त्यांनी ती पुस्तकं वाचली असतील म्हणूनच ते एवढा मोठा निर्णय घेऊ शकले.

आपण सगळे एरवी सुरवंट असतो आणि आपल्याला फुलपाखरू व्हायची इच्छा असते. सुरवंट झाडाची पानं कुरतडत बसतं दिवसभर... काही दिवसांत फुलपाखरू होतं. आपल्याला पानं कुरतडायची नसतात; चाळायची असतात... वाचायची असतात... फुलपाखरू होण्यासाठी! पुस्तकाची पानं चाळायची राहून गेली की सुरवंटच राहतो आपण. फुलपाखरू व्हायचं राहून जातं.

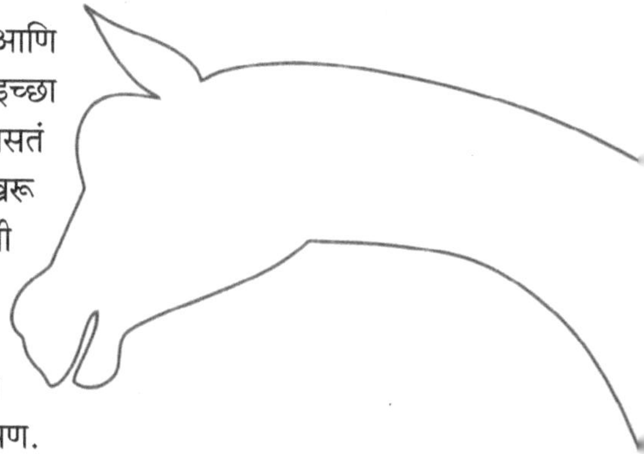

•••

आपण खूप चांगले लेखक आहोत, असं वाटत असेल,
तर समजायचं की आपलं वाचन खूप कमी आहे.

चातक

पावसाचं आणि चातक पक्ष्याचं घट्ट नातं आहे. चातक पक्षी मान वर करून पावसाची वाट बघतो असं आपण कायम ऐकत असतो, वाचत असतो. चातक फक्त पावसाचे पाणी पितो, असा आपला समज असतो. पण जाणकार सांगतात की, चातक पक्षी फक्त पावसाचं पाणी पितो असं नाही. आपल्याकडे कवितेत, दंतकथेत वगैरे चातक पक्षी तहानलेला राहून जीव देतो; पण फक्त पावसाचं पाणी पितो अशाही गोष्टी आहेत. पण हे सगळं ऐकीव आहे, श्रद्धा आहेत. एखाद्या ढोंगी शेतकरी नेत्याविषयी आपल्यासारख्या सामान्य माणसाला वाटावं तसं आहे सगळं.

मुळात चातक आपल्याला आपला गावकरी वाटतो... देशी वाटतो. पण खूपसे चातक येतात आफ्रिकेतून आणि पिल्लांना जन्म देतात भारतात. त्यात या चातकांची गंमत अशी आहे की, ते पिल्लांसाठी घरटी तयार करत नाहीत. ते सातभाईसारख्या पक्ष्याच्या घरट्यात अंडी देतात. बिचारा सातभाई आपली पिल्लं समजून चातकाच्या पिल्लांना भरवतो, सांभाळतो. सातभाई आणि शेतकरी यांच्यात किती साम्य वाटू लागतं. चातकाची पिल्लं मोठी झाली की आपल्या पालकांबरोबर आफ्रिकेत निघून जातात. हे चातक पावसाच्या सुरुवातीला येतात, म्हणून आपण त्यांना 'मान्सून बर्ड' म्हणतो.

तर... अशा दंतकथा आपल्याला एखाद्याविषयी किती गैरसमज निर्माण करतात. चातक पावसासाठी नाही, तर हवेतले किडे खाण्यासाठी सारखा मान वर करून असतो. आणि आपल्याला वाटतं तो पावसाची वाट पाहतोय. शेतकऱ्याविषयी खोटी तळमळ दाखवणारे लोक आठवत जातात. चातक बिचारा त्याचं-त्याचं जगत असतो. दंतकथा आपण तयार करतो. पण काही लोक आपली तळमळ अशी दाखवतात, की आपल्याला कैवारी वाटू लागतात. पण ते फक्त आपली पिल्लं इतरांच्या घरट्यात ठेवून मजा बघत असतात. शेतकरी सातभाईसारखा दुप्पट कष्ट करत राहतो. या ढोंगी कैवारी लोकांचं घर भरत राहतो.

•••

मराठी माणूस

औरंगजेबाने छत्रपती शिवाजी महाराजांना आग्र्यात कैद केलं. जगाला वाटलं मराठेशाही संपली. तसं घडलं का? उलट, तेव्हापासून आपल्याला कुठल्याही संकटात डगमगायचं नाही याची शिकवण मिळाली. औरंगजेबाने दगाबाजीने संभाजी महाराजांची हत्या केली. जगाला वाटलं आता महाराष्ट्र खचला. पण संभाजी महाराजांच्या जिगरबाज उत्तराने महाराष्ट्र पुन्हा पेटून उठला. पराक्रमाची शर्थ करणारे थोरले बाजीराव वारले. मराठ्यांना आता वाली उरला नाही, अशी चर्चा झाली. पण मराठ्यांनी काय केलं? थेट अटकेपार झेंडा रोवला. पानिपतच्या पराभवाने मराठे पुन्हा कधीच तोंड वर करणार नाहीत, असं शत्रूला वाटलं. पण मराठ्यांनी पुन्हा शत्रूला सळो की पळो करून सोडलं. इंग्रजांना शेवटपर्यंत झुंजवलं मराठ्यांनी. मराठे हरले तेव्हा देश हरला; पण आपण खचलो नाही. मराठे पुन्हा स्वातंत्र्यचळवळीचे नेते झाले. आसमानी असो किंवा सुलतानी; प्रत्येक संकटातून मराठी माणूस पुन्हा ताठ मानेने उभा राहिला. नवी सुरुवात केली.

मुलींसाठी पहिली शाळा मराठी माणसाने सुरू केली. मराठी माणसाने देशाला राज्यघटना दिली. स्वतंत्र भारताच्या पहिल्या नोटेवर रिझर्व बँकेचे गव्हर्नर म्हणून मराठी माणसाची सही आहे. महिलांसाठी देशातलं पहिलं विद्यापीठ मराठी माणसाने सुरू केलं. क्रिकेटमध्ये दहा हजार धावा काढणारा पहिला माणूस मराठी आहे. देशातल्या असंख्य महत्त्वाच्या गोष्टींची सुरुवात मराठी माणसाने केलेली आहे याचा आम्हांला रास्त अभिमान आहे. पण आपला इतिहास समृद्ध आहे. वर्तमान? कित्येक देशांची आणि राज्यांची तुलना केली तर आपल्या मराठी माणसाएवढा, महाराष्ट्राएवढा समृद्ध इतिहास सापडणार नाही. फक्त आज मराठी माणसाची अवस्था काय आहे याचाही विचार केला पाहिजे. छत्रपती शिवाजी महाराज, संत ज्ञानेश्वर, संत तुकाराम होणं अवघड आहे. पण टिळक, आगरकर, शाहू, फुले, आंबेडकर यांच्यासारखी उत्तुंग माणसं का होऊ नयेत? इंग्रजांच्या काळात केवळ शिक्षणाच्या बळावर या लोकांनी स्वतःचं आणि समाजाचं चित्र बदलण्याचा प्रयत्न केला. आपणही शिक्षण घेतोय. मग अडचण कुठे आहे? का 'इंग्रजांचं शिक्षण जास्त चांगलं होतं' म्हणायची वेळ आणणार आहोत आपण?

गाथा

'मन करा रे प्रसन्न, सर्व सिद्धीचे कारण' किती सोप्या शब्दांत, किती भन्नाट गोष्ट सांगितलीय. आपण सगळे नेहमी ऐकत असलेली ओळ आहे ही. 'जोडोनिया धन उत्तम व्यवहारे, उदास विचारे वेच करी.' मोठी माणसं नेहमी ही गोष्ट सांगत असतात आपल्याला. आणखी एक ओळ बघा – 'नवसे कन्या पुत्र होती, तरी का करणे लागे पती?' यापेक्षा अंधश्रद्धेवर जळजळीत भाष्य काय पाहिजे? किंवा 'सत्य असत्याशी मन केले ग्वाही, नाही मानियेले बहुमता' ही ओळ. जगातला प्रत्येक थोर माणूस या ओळीच्या कसोटीवर टिकणारा असतो. प्रचंड आत्मविश्वास देणारी ही ओळ आहे.

एकीचे बळ सांगणारी, 'एकमेकां साह्य करू, अवघे धरू सुपंथ' ही ओळ असो किंवा 'कोण्याही जिवाचा न घडो मत्सर' अशी निर्मळ प्रार्थना करणारी ओळ. 'शुद्ध बीजापोटी फळे रसाळ गोमटी' हे तर नक्कीच असंख्य वेळा तुमच्या कानांवरून गेलं असेल. 'असाध्य ते साध्य करिता सायास कारण अभ्यास' तुका म्हणे. हे तर तुम्ही शेकडो वेळा वाचलं असेल. 'मऊ मेणाहुनि आम्ही विष्णुदास, कठीण वज्रास भेदू ऐसे' या ओळी आपल्याला खंबीर बनवतात. 'भिक्षापात्र अवलंबणे, जळो जिणे लाजिरवाणे' यापेक्षा खणखणीत काही उपदेश असू शकतो का? असा एकही माणूस नसेल ज्याला, 'जे का रंजले गांजले, त्यांसी म्हणे जो आपुले। तोचि साधू ओळखावा, देव तेथेची जाणावा।।' या ओळी माहीत नसणं अशक्य आहे. 'नाही निर्मळ जीवन काय करील साबण?' या ओळीतलं सोपं तत्त्वज्ञान आपल्याला कायम पटलेलं असतं. 'आम्ही जातो आमच्या गावा, आमुचा रामराम घ्यावा' या ओळी माहीत नाहीत असा मराठी माणूस नाही.

तुम्हांला प्रश्न पडला असेल या ओळी पुन्हा का सांगतोय? कारण काय? कारण एकच. या सगळ्या ओळी एकाच कवीच्या आहेत. आणि कवी कोण? संत तुकाराम. आपण या दृष्टीने कधी विचारच करत नाही. एका कवीची ताकद बघा.

तीनशेपेक्षा जास्त वर्षांपासून तुकारामांचं एकतरी वाक्य बोलल्याशिवाय महाराष्ट्रात एकही दिवस जात नाही. एवढी लोकप्रियता जगात फार कमी कवींची असते. म्हणून संत

तुकाराम एकदा तरी वाचले पाहिजेत. माणूस म्हणून खंबीर आणि स्पष्ट व्हायचं असेल तर अगदी आवर्जून वाचले पाहिजेत. तुकाराम फक्त कविता करत नव्हते. शेतकऱ्याच्या कर्जाचे कागद फाडून टाकणारे होते संत तुकाराम. गाथा महाराष्ट्राचा माथा आहे!

•••

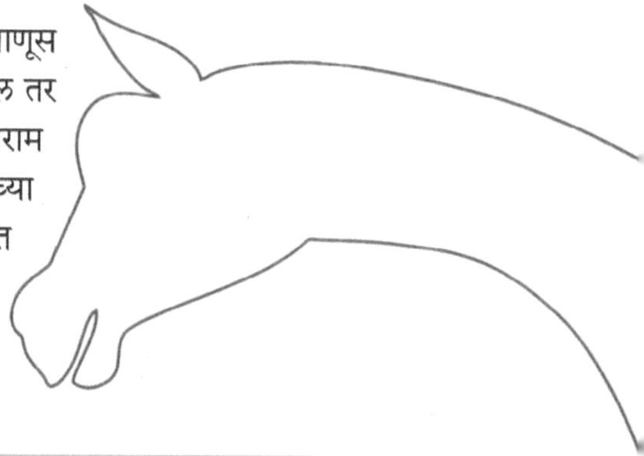

माय मराठी

व्याकरणातल्या चुका काढताना आकलनातल्या चुका राहून गेल्या. विचारांपेक्षा उच्चारांच्या शुद्धतेत जास्त लक्ष दिलं गेलं. बोलणाऱ्याची चूक सुधारण्याऐवजी त्याचा अपमान करण्यात धन्यता मानली गेली. त्या भाषा नष्ट होत गेल्या. जेवढ्या विविध बोली तेवढी भाषा थोर! सगळ्या मराठी बोलीभाषा जपल्या पाहिजेत. बोलल्या पाहिजेत. त्यांचा सन्मान केला पाहिजे. जगाच्या ओठांवर एवढा गोडवा असलेल्या भाषा खूप कमी आहेत. शरीर कमावतो तशी भाषासुद्धा कमावता आली पाहिजे. आणि भाषा कमवून देणारी असली पाहिजे. मराठी केवळ सभेला माणसं जमवून देणारी उरायला नको. ती मराठी माणसाला कमवून देणारी असली पाहिजे. आज लोकांना काय कळतं? पैसा बोलतो. पैसा बोलतो हे खरं आहे; पण तो मराठीतसुद्धा बोलायला पाहिजे. मराठी वाचत राहिलं की मराठी वाचणारच!

सोपा उपाय

गौतम बुद्धांनी खूप महत्त्वाच्या गोष्टी सांगून ठेवल्या आहेत. काळाच्या पुढच्या... कायम जपून ठेवाव्यात अशा. गौतम बुद्धांची एक महत्त्वाची शिकवण होती, बेकारी नष्ट करणे म्हणजे खरा यज्ञ. हा विचार मांडणाऱ्या अनेक गोष्टी त्यांनी सांगितल्या. त्यांचा हा विचार नंतर रचलेल्या कथांमध्येही आला. त्यातलीच एक गोष्ट... एका राजाची.

त्याचे वडील संन्यास घेऊन योगाभ्यासासाठी निघून गेले. मुलाने राज्यकारभार करायला सुरुवात केली. चक्रवर्ती राजाप्रमाणे त्यांच्या महालाबाहेर एक चक्र असायचं. ते अचानक नष्ट झालं. राजा घाबरून जंगलात आपल्या वडिलांकडे गेला. त्यांना विचारलं. वडील म्हणाले, ''घाबरू नको. फक्त कारभारात न्याय आणि समता महत्त्वाची. कुणी बेरोजगार राहता कामा नये. निर्धन राहता कामा नये.''

राजा परत गेला. सांगितल्याप्रमाणे वागू लागला. चक्र पुन्हा दिसू लागलं. सात पिढ्या हे असंच सुरू राहिलं. परंतु आठव्या पिढीत अचानक चक्र नाहीसं झालं. आठव्या पिढीतला राजा चिंतेत पडला. त्याच्या राज्यात सारख्या चोऱ्या होऊ लागतात.

एकदा एका चोराला पकडून राजाकडे आणलं. राजाने चोराला विचारलं, की ''का रे बाबा, चोरी का केलीस?'' चोर म्हणाला, ''जगणार कसं? चोरी केल्याशिवाय पर्याय नाही.'' राजाने चोराला पैसे दिले. आणखी एक-दोन चोरांनाही मदत केली. हळूहळू बातमी पसरली, की राजा चोरांना मदत करतो. खूप लोकांनी चोऱ्या करायला सुरुवात केली. राजा वैतागला. शेवटी असं ठरवलं, की चोरी करणाऱ्याची धिंड काढून फाशी द्यायची. राजाला वाटलं लोक घाबरतील. पण लोक आता धारदार कुऱ्हाडी वगैरे घेऊन दरोडे टाकू लागले. कारण जगायचं तर दरोडे टाकल्याशिवाय पर्याय नाही अशी परिस्थिती. मग शस्त्र वाढू लागले. अत्याचार वाढू लागले. हे सगळं फक्त एकाच गोष्टीमुळे झालं होतं. राजा आपल्या पूर्वजांची शिकवण विसरला होता आणि त्यांच्याकडून उपदेश घ्यायचंही विसरून गेला होता. विचारलं असतं, तर वाडवडिलांनी एवढंच सांगितलं असतं, जे गरीब असतील, निर्धन असतील त्यांना वेळीच मदत कर. त्यांच्या हाताला काम मिळेल असं पाहा; नाहीतर शेवटी चोरांना मदत करायची वेळ येईल.

•••

‘एक्स’ची गोष्ट!

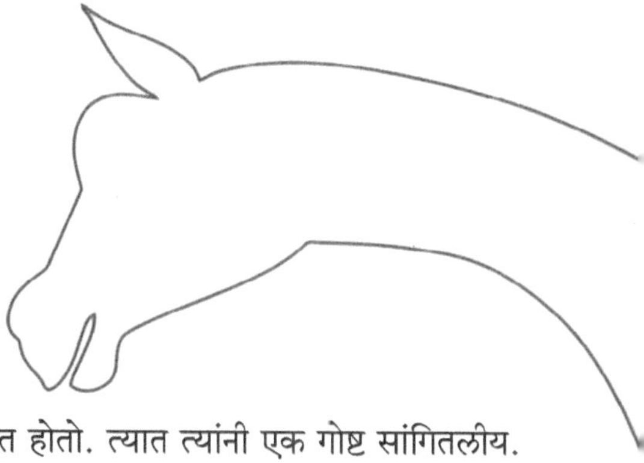

डॉक्टर अभय बंग यांचा एक लेख वाचत होतो. त्यात त्यांनी एक गोष्ट सांगितलीय. गोष्ट अशी की –

पुरातन काळी एका खेड्यात एक म्हातारा मेला. त्याला तीन मुलं होती. म्हाताऱ्याने मरताना आपलं मृत्युपत्र करून ठेवलं होतं. त्यात लिहिलं होतं की, ‘माझ्याकडे जेवढे बैल आहेत ते तिन्ही मुलांमध्ये वाटावेत. पण त्यांची कुवत आणि गरजेनुसार हा वाटा वेगवेगळा करावा. निम्मे बैल मोठ्या मुलाला द्यावेत. एक-तृतीयांश बैल दुसऱ्या मुलाला आणि एक-नवमांश बैल हे तिसऱ्या मुलाला द्यावेत.’

अडचण अशी की, बैल होते एकूण १७. त्यामुळे त्याचे एक-द्वितीयांश, एक-तृतीयांश आणि एक-नवमांश असे तीन वाटे कसे करायचे?... बैल कापावे?

वाद मिटवण्यासाठी त्यांनी गावच्या प्रमुखाला बोलावलं. तो आपल्या बैलावर बसून आला. त्याने समस्या ऐकून घेतली आणि म्हणाला, ‘‘तुमचे वडील माझे मित्र होते. मी तुमच्या पित्यासारखाच आहे. तुमच्या वडिलांच्या १७ बैलांमध्ये माझाही एक बैल जोडून देऊ.’’ आता बैल झाले १८. त्यातले एक-द्वितीयांश म्हणजे नऊ बैल दिले एका मुलाला, एक-तृतीयांश म्हणजे सहा बैल दिले दुसऱ्या मुलाला आणि एक-नवमांश म्हणजे दोन बैल दिले तिसऱ्या मुलाला. एकूण झाले सतरा. आणलेला अठरावा बैल परत घेऊन तो म्हातारा निघून गेला.

ही गोष्ट उपनिषदात आहे. ही गोष्ट ऐकून आपल्या मनातले कितीतरी प्रश्न सुटतात. गोष्ट सांगून झाल्यावर अभय बंग सांगतात की, ‘‘माझ्यासाठी तो युरेका क्षण होता. हा अठरावा बैल बीजगणिताच्या ‘क्ष’सारखा आहे. तो तुम्ही धरला तर प्रश्न सुटतात आणि पुन्हा तो शेवटी जसाच्या तसा अलगद कायम राहतोच की! परंतु आपण हट्टच धरून बसलो, की ‘क्ष’ नाहीच मानायचा, तर मात्र बैल कापावा लागेल.’’

खरंच आपलेसुद्धा खूप प्रश्न सुटतात ही गोष्ट ऐकून. आपण हा अठरावा बैल कधी गृहीतच धरत नाही. आपणही गणितात x धरलेला असतो. गणित सोडवलेलं असतं. पण शाळेतला हा x आपण जगण्यात खूप कमी वेळा गृहीत धरतो. बऱ्याचदा शाळेतला

नाही; पण कॉलेजमधली ex आपण जास्त लक्षात ठेवतो. पण सध्या आपण ex बद्दल नाही x बद्दल विचार करू या... या अठराव्या बैलाबद्दल.

बऱ्याचदा आपण कुणाच्यातरी भांडणात पडतो. आपल्या लक्षातही येत नाही, की आपण नकळत कुणाचीतरी बाजू घ्यायला लागलोय आणि नकळत आपण त्या भांडणात सामील होतो. भांडण सोडवायचं राहून जातं. मध्यस्थी करायची आपण विसरून जातो. कारण, फक्त आपण आपला अठरावा बैल सोबत घेतलेला नसतो. आपला x आपण गृहीत धरलेला नसतो. भांडण सल्ले देऊन सुटत नाही. आपली त्यातली भूमिका महत्त्वाची असते. आणि भूमिका नेहमीच प्रत्यक्ष काही देण्याची असावी लागते असं नाही. फक्त आपला x गृहीत धरता आला पाहिजे – आपल्यालाही आणि समोरच्यालाही.

मदत करायची म्हणजे घरातून मागून पैसे नेऊन द्यायचे असा प्रकार नसतो. पुरात मदत केली गेली. आपण आपल्या घरात बसून जमेल ते सामान पाठवले. पण आणखी एक महत्त्वाची गरज होती ती प्रत्यक्ष मदत पोहोचवायची. हे कामही महत्त्वाचं होतं. तिथे काम करणारा माणूस आपला x गृहीत धरून होता. जीव धोक्यात घालत होता. आणि तो जीव धोक्यात घालून काम करतोय हे लोकांना दिसत होतं. म्हणून बऱ्याचदा आपल्याकडे मदत करण्यासाठी काही नाही, म्हणून गप्प बसून राहणं हे स्वतःला समजून न घेण्यासारखं आहे.

हीच गोष्ट हा पक्ष चांगला, का तो पक्ष; याबाबतीत. असा वाद घालणारे लोक आपल्या x ला गृहीत धरत नाहीत. आपलं काय योगदान आहे हे समजू शकत नाहीत किंवा समजून घेण्याचा प्रयत्न करत नाहीत. कुठलाच पक्ष राष्ट्र घडवत नसतो. राष्ट्र नागरिक घडवत असतात. माणसं घडवत असतात. आणि माणूस म्हणून आपलं योगदान हे पक्षाच्या योगदानापेक्षा जास्त महत्त्वाचं असतं. या देशात हत्तीशी त्यांच्या भाषेत संवाद साधू शकणारी माणसं आहेत आणि हत्तीच्या तोंडात फटाके फोडणारीही माणसं आहेत. आपण यातले कोण आहोत, ते आपल्याला तपासायचं आहे.

आपला बैल अठरावा आहे, असं सांगणे खूप मोठी गोष्ट आहे. आपला बैल कुणाला देऊन टाकणे ही तर खूपच मोठी गोष्ट आहे. पण लोकांनी हिशेब करण्यापुरता का होईना; आपला बैल गृहीत धरणे ही देशभक्ती आहे. हा आपला x लोकांच्या मनाला आधार देणारा असला पाहिजे.

समाजसेवा म्हणजे लोकांना काही देणे असा प्रकार नसतो. आपण सोबत आहोत याची जाणीव करून देणे ही खूप मोठी गोष्ट आहे. आपण मनापासून सोबत असलो की वाद मिटतो. समस्या मिटते. गरज असते ती आपण फक्त बघ्यासारखे न उभे राहता सामील होण्याची.

आता पुन्हा तो काळ आलाय. लोक म्हणतील देशासाठी अमुक करा, तमुक करा. या नंबरवर पैसे टाका, त्या नंबरवर पैसे टाका. ज्यांच्याकडे आहेत ते टाकतातच. पण आपल्याकडे नाहीत म्हणून नाराज व्हायची गरज नाही. आपला x सोबत असला पाहिजे. तो गृहीत धरता आला पाहिजे. आपण प्रश्न सोडवू शकतो याची आपल्याला जाणीव झाली पाहिजे. देशातले अर्धे प्रश्न का सुटलेले नसतात? कारण आपण अवलंबून असतो – नेत्यावर, सरकारवर. कोरोनात सरकार हात धुवायला सांगेल; पण साबण आपल्याला आणावा लागेल. कोरोनात सरकार मास्क वापरायला सांगेल; पण आजारी पडायचं नसेल तर प्रतिकारशक्ती आपल्यात असली पाहिजे. सरकार सूचना देईल, प्रतिकारशक्ती नाही. त्यामुळे आपला प्रश्न आपण सोडवू हा आत्मविश्वास आधी आपल्याला वाटला पाहिजे. कुठल्याही हिरो हिरोईनच्या x factor पेक्षा हा आपला x factor जास्त महत्त्वाचा आहे.

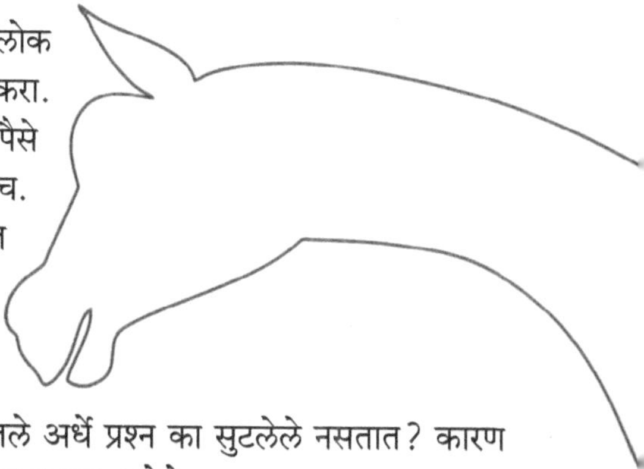

•••

स्वतःमध्ये डोकावत राहिलं पाहिजे.

माणूस एकटा पडत नाही .

माणूस

बाबासाहेब आंबेडकरांनी मध्य विधानसभेची निवडणूक लढवली होती. सगळ्यांत भारी गोष्ट काय होती माहितीय? त्या निवडणुकीत त्यांचं चिन्ह होतं 'माणूस'! हो, माणूस! माणूस हे निवडणूक-चिन्ह असावं हेच किती भारी आहे. आणि शोकांतिका म्हणजे, बाबासाहेबांना राजकारणात म्हणावं तसं यश मिळालं नाही. त्यांचा पराभव झाला. हा माणसाचा पराभव होता. तेव्हापासून राजकारणात वारंवार माणूस पराभूत होत आलाय. पण बाबासाहेबांच्या खूप गोष्टी शिकण्यासारख्या आहेत.

पुस्तकांसाठी स्वतंत्र घर बनवणाऱ्या बाबासाहेबांनी कायम शिकण्याचा, वाचण्याचा सल्ला दिला. आपल्या उत्पन्नाचा दहा टक्के वाटा पुस्तकांवर खर्च केला पाहिजे हे लोकांना सांगत राहिले. समाजसेवेचं ढोंग करणाऱ्या लोकांची त्यांना चीड होती. आपण तरुण वयात या बऱ्याचदा समाजसेवेच्या नावाखाली चालणाऱ्या आधुनिक बुवाबाजीला भुलतो. पण बाबासाहेब नेहमी सांगायचे, आधी स्वतःच्या पायावर उभं राहिलं पाहिजे. ज्याला स्वतःची रोजीरोटी कमवता येत नाही तो लोकांची काय सेवा करणार? बऱ्याचदा आपल्याच शिक्षणाचा, व्यवसायाचा पत्ता नसलेले लोक समाजाची सेवा करायच्या गोष्टी करतात तेव्हा हे विचार हमखास आठवतात.

आजारपणामुळे आपल्याला फार वाचता येणार नाही हे कळल्यावर बाबासाहेबांना सगळ्यांत जास्त दुःख झालं होतं. पुस्तकं काय क्रांती करू शकतात याचं सगळ्यांत मोठं उदाहरण बाबासाहेब आहेत. 'पुस्तक' या एका शस्त्रावर त्यांनी केवढा मोठा बदल घडवला!

•••

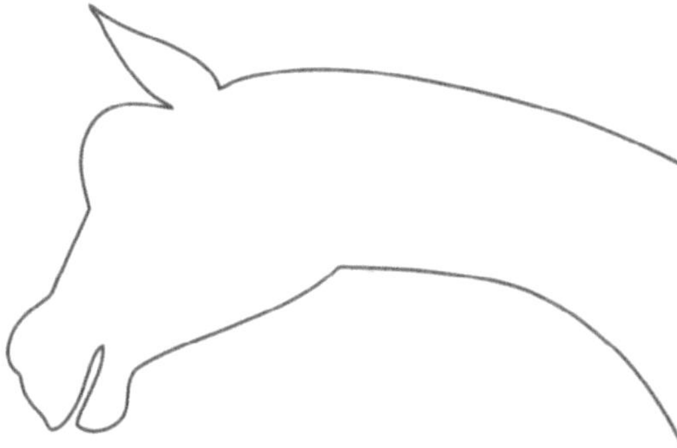

वड

झाडं लावण्यासाठी सरकार कोट्यवधी रुपये खर्च करतं. त्यातले जास्त पैसे प्रसिद्धीवर खर्च होतात. म्हणजे, 'झाडं लावा' हे सांगण्यावर किंवा एखाद-दुसरं झाड लावलं हे दाखवण्यावर! अशा वेळी आठवण होते वटसावित्री पौर्णिमेची. या दिवशी बायका वडाला फेऱ्या मारतात. बऱ्याचदा वड सापडत नाही. जवळ नसतो घराच्या. मग नवरेच वडाची फांदी तोडून आणतात. ती फांदी दारात, सोसायटीत तात्पुरती रोवली जाते. तिची पूजा होते. त्याच फांदीला फेऱ्या मारल्या जातात. आता बायकांनी पर्मनंट नवऱ्यासाठी अशा तात्पुरत्या फांद्या लावण्यात काय अर्थ आहे? त्यापेक्षा नवऱ्याने झाड लावलं तरच फेऱ्या मारायचं ठरवायला पाहिजे. म्हणजे सरकारला 'झाडं लावा' सांगायची गरज नाही. नवरे आपोआप झाडं लावतील. आणि जे नाही लावणार त्यांच्यासाठी फेऱ्या मारल्याच पाहिजेत का?

नाही म्हणजे नाही

एक खूप जुनी गोष्ट आहे. विमलताई ताक मागायला ओळखीच्या घरी आली होती. त्या घरची सून म्हणाली, ''आज नेमकं ताक उरलं नाही बघा.'' विमल निराश होऊन परत निघाली. तिला रस्त्यात त्याच घरची सासू भेटली. विमलने सांगितलं, की ''तुमच्याच घरी गेले होते ताक घ्यायला. पण तुमची सून म्हणाली, 'ताक संपलय.''' सासू भडकली. म्हणाली, ''माझी सून 'ताक संपलय 'असं म्हणालीच कशी? घराचं नाक कापलं. तिला काही अक्कल नाही. तिचं मन मोठं नाही. तुम्ही चला माझ्याबरोबर.'' सासू विमलला पुन्हा आपल्या घरी घेऊन गेली. विमल दारात उभी राहिली. सासू आत गेली ती काही वेळ बाहेर आलीच नाही. विमलला वाटलं सासू सुनेला शिव्या देत असणार... चांगली कानउघडणी करत असणार! मग काही वेळाने सासू आली आणि म्हणाली, ''आज नेमकं ताक उरलं नाही बघा.'' विमल हे ऐकून वैतागली. म्हणाली, ''तुम्ही मला परत का बोलावलं मग? ताक संपलय, हे तर तुमच्या सुनेनं आधीच सांगितलं होतं.'' तेव्हा सासू म्हणाली, ''ताक संपलय, हे सांगणारी सून कोण? या घराची मालकीण मी आहे. मी नाही म्हणणार का ती? ताक असलं काय आणि नसलं काय. नाही म्हणायचा अधिकार फक्त माझाय.''

आता काय बोलणार? आपल्यासारख्या सामान्य नागरिकांना हा अनुभव बऱ्याचदा येतो. वेगवेगळ्या कार्यालयात खेटे मारल्यावर वेगवेगळ्या माणसांकडून मिळणारी नकरात्मक उत्तरं आपण नेहमी ऐकत असतो. आपल्याकडे काही असो-नसो, माणसाला अधिकार गाजवायला खूप आवडतं. संपत्ती असो, ज्ञान असो, कला असो किंवा राजकारण असो; त्यामुळेच प्रत्येक विरोधी पक्ष शेतकऱ्यासाठी हमीभावाची मागणी करतो. सत्तेत आला की मात्र हमीभावाला नकार देतो. नोकरी देण्याचं आश्वासन देणारे सत्ता आली की कानांवर हात ठेवतात. महागाईविरोधात ओरडणारे सत्ता आली की मौन धारण करतात.

•••

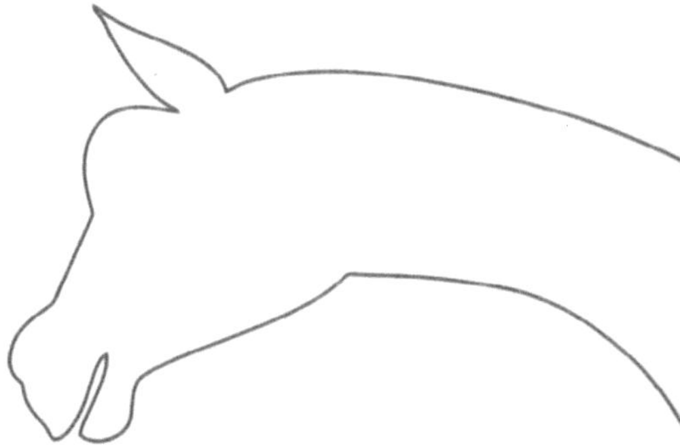

सोलो ट्रीप!

आजकाल सोलो ट्रीपबद्दल खूप बोलतात लोक. बायकांनी सोलो ट्रीपला जायला पाहिजे म्हणतात. गावातल्या बायका जात असतील का सोलो ट्रीपला?... पण का जातील?

गावी कुणी मावशी सहकुटुंब देवदर्शनाला जायची. जाताना हळद-कुंकू-खण-नारळ- नैवेद्य सगळं सोबत घ्यायची जबाबदारी तिचीच असायची. घरातल्या कुणाला प्रवासात भूक लागली तर दशम्यासुद्धा तीच बरोबर घ्यायची. डोकं टेकवायला सोबत असायचे सगळे; पण सगळे सोबत असूनही ती एकटीच.

कुणाचा उपवास आहे ते लक्षात ठेवणारी, कुठल्या देवाला कुठली वात ठेवायची, कुठलं फूल वाहायचं ध्यानात ठेवणारी. अंगारा पण तीच घेणार आणि न विसरता प्रत्येकाच्या कपाळाला लावणार. बाकी देवळातही प्रमुख पाहुणे असल्यासारखे वावरणारे घरातले लोक, आणि जणूकाही एकटीलाच देव आशीर्वाद देणार आहे असं वावरणारी ती. सगळे असतात सोबत; पण तिची सोलो ट्रीपच असते.

कुणी बाळंतपणाला जायची माहेरी. पुन्हा सोलो ट्रीप. डिलीव्हरीसाठी दवाखान्यात जाताना नवरा, नातेवाईक सोबत... बाहेर उभे राहून धीर देत. बाळंतकळा सुरू. नवा जन्मच बाईचा. डॉक्टर आपल्या कर्तव्यात मग्न, बाळाला तर काहीच माहीत नसणं. बाई एकटीच लढत राहायची आई होता होता... ओरडत... रडत... बाळाच्या रडण्याचा आवाज येईपर्यंत. नर्स बाळ घेऊन जाणार काही क्षण. बाई एकटीच... आई होण्याची सोलो ट्रीप अनुभवत.

लग्नानंतर सासरी जाताना सजवलेली गाडी, सोबत भरपूर माणसं. पण मागे पडत जाणारं घर, झाडं बघत पुढे जाणारी ती... एकटी. तिला जे वाटत असतं ते कुणालाच समजू शकत नसतं. त्या गाडीत... गाडीबाहेर... ती सोलो ट्रीपच.

डायनिंग टेबलवर पोळी-भाजी-भात येतो. गप्पा मारत सगळे जेवू लागतात. घर भरल्यासारखं वाटतं. पण घरातलं स्वयंपाकघर अचानक शांत होतं... तिच्यासारखं. काही वेळापूर्वी गॅस, पोळपाट, ओटा, डबे, फ्रीज, कणीक, तिखट, मीठ आणि ती.

एवढेच होते किचनमध्ये. पदार्थ डायनिंग टेबलपर्यंत येतात, स्वतःची स्वतंत्र ओळख आणि चव सांगत. ती एकटीच उरते. ती सोलो ट्रीपच असते ना!

फार पूर्वीपासून जगाने ठरवून टाकलेलं – 'तिला चार दिवस शिवायचं नाही. कावळा शिवलाय.' घरचे जत्रेत घेऊन गेले नाही, म्हणून ती रागात तो कावळा शोधत फिरली होती दिवसभर, जो तिला शिवला होता. पण तिला कळलंही नव्हतं. दर महिन्याला आपल्या नकळत आपल्याला शिवून जाणारा कावळा शोधून काढायचं ठरवलं होतं तिने. तिची सोलो ट्रीप.

या न ठरवता नशिबी आलेल्या सोलो ट्रीप. या प्रत्येक वेळी कुणी सोबत असावं असं मनापासून वाटत असतं बाईला. पण भोवती माणसं असूनही ती बऱ्याचदा एकटीच असते. सोलो ट्रीपचा विषय निघाला की या अशा असंख्य बायकांचा एकटीने चाललेला प्रवास आठवत जातो. भरलेल्या घरातही एकट्या उरलेल्या... लोकलच्या लेडीज डब्यात तुडुंब गर्दीत उभ्या, मेथी निवडणाऱ्या, गजरा विणणाऱ्या, गाणी ऐकणाऱ्या, एकटीनेच डोळ्यांत पाणी न येऊ देता रडणाऱ्या. प्रत्येक स्त्रीची ती सोलो ट्रीपच असते. सोलो ट्रीप भारीच असते. पण आपली माणसं सोबत असताना ती सोलो ट्रीप होऊ नये. तेव्हा, शरीराने सोबत असलेलं माणूस मनानेही सोबत असावं.

आपल्या फोनमध्ये शेकडो नंबर असतात. पण एखादाच तोंडपाठ असतो. त्या नंबरवर फोन करून आपण दिवसभरात कायकाय घडलं ते सगळं सांगत असतो. तासन्तास एकटेच बोलत असतो. किंवा त्या व्यक्तीला भेटल्यावर आपण स्वतःला विसरून जातो. नकळत दोनाचे एक होऊन जातो. ती खरी सोलो ट्रीप असते.

•••

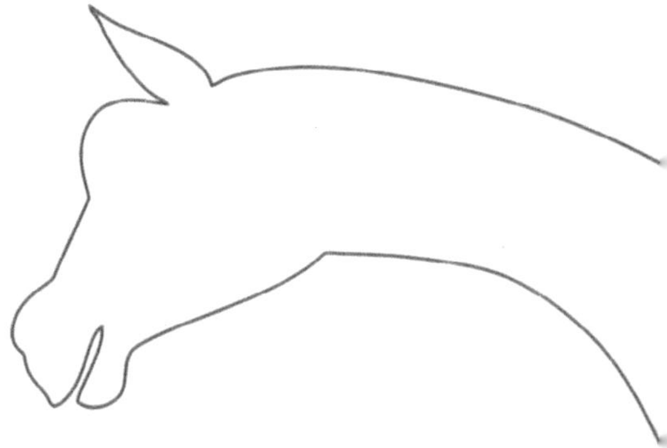

माकड

मित्राने एक गोष्ट सांगितली.

एकदा काय झालं, एक माकडाचं पिल्लू झाडावरून खेळता-खेळता पडलं. त्याचा पाय मुरगळला. बाकी माकडांनी अचानक त्याच्याभोवती गर्दी केली. गर्दी आपल्यासारखी नाही. तसं करायला ते काय माणसं आहेत का? माकडांनी त्या पिल्लाभोवती रिंगण केलं... मध्ये पिल्लू.

मग माकडांनी काय केलं असेल? तर, त्या पिल्लाला प्रत्येकाने एक थोबाडीत ठेवून दिली... शिस्तीत. कारण काय? तर, पिल्लू झाडावरून पडलं. जे आपण लहानपणापासून करत आलोय ते विसरलं. त्यात चुकलं, तर माकड रागावले आणि त्यांनी त्याला शिक्षा केली. आपलं मूळ काम धड जमत नाही याचा त्यांना राग आला. किंवा 'पुढे कसं व्हायचं याचं' याचीही चिंता वाटली असणार!

गोष्ट ऐकल्यावर मला भ्रष्टाचारी पुढारी, अधिकारी आठवले. त्यांच्यातला एखादा भ्रष्टाचाराच्या आरोपाखाली जेलमध्ये जाऊन आला की सगळे त्याच्याभोवती असेच गोळा होत असतील का? तुला भ्रष्टाचार जमला नाही म्हणून नाराज होत असतील का? तू पकडलाच कसा जाऊ शकतोस, म्हणून त्याला छोटीमोठी शिक्षा करत असतील का?

•••

मराठी माणूस

मराठी माणसांचा महाराष्ट्र. हिमालयाच्या मदतीला धावून जाणारा सह्याद्री म्हणून पाठ थोपटून घेणारे आपण. पण आपल्या राज्यात वीज, मोबाईल, अन्नधान्यांची दुकानं यांसारख्या व्यवसायात मराठी माणूस औषधाला नसेल तर हे कशाचं लक्षण आहे? मराठी माणूस व्यवसायात मागे का आहे, यावर फक्त चर्चाच होतात, कृती होत नाही. अगदी छोट्या गावात सचोटीने व्यवसाय करणारे व्यापारी अमराठी आहेत. त्यांची एकी आहे. एकमेकांना धरून राहण्याची वृत्ती आहे. आपल्या लोकांना भांडवल पुरवण्याची तयारी आहे. साधा भंगार सामानाचा व्यापार बघा, लाकडांच्या वखारी बघा, स्टेशनरीचा किंवा मेडिकलचा व्यवसाय बघा. ठरावीक नावं दिसतात वर्षानुवर्षे. मोठमोठ्या बिल्डर्सची नावं बघा... मुंबईतल्या प्रमुख पन्नास उद्योगपतींची यादी बघा... देश आपला आहे. अनेक जातिधर्मांचे लोक एकत्र राहतात... मोठे होतात. व्हायलाच हवेत. पण मराठी माणूस या सगळ्यांत कुठे आहे?

मराठी माणूस उद्योगधंद्यात मागे आहे, याला इतर धर्मांचे, राज्यांचे लोक कारण आहेत असं अजिबात नाही. स्वतःच्या राज्यात इतर लोक प्रगती करू देत नाहीत, असं म्हणणं म्हणजे वेडेपणा होईल. मराठी माणूसच स्वतःच्या अधोगतीला कारण आहे. एकतर आपल्या मुख्यमंत्र्यांची निवड कायम दिल्लीतून होत आली. त्यामुळे दिल्लीच्या कलाने कारभार करणे सुरू राहिले. आपल्या नेत्यांच्या तक्रारी करण्यासाठी कायम मराठी नेते दिल्लीत असायचे.

एकदा एक माजी पंतप्रधान महाराष्ट्रात दुष्काळग्रस्त भागांची पाहणी करायला आले होते म्हणे. परंतु स्थानिक नेत्यांनी त्यांना बदामाचा शिरा दिला खायला. एकदम भारी बडदास्त ठेवली. पंतप्रधान हैराण झाले. त्यांना प्रश्न पडला, इथे कसला आलाय दुष्काळ? हे लांगुलचालन वरचेवर वाढत गेलं. आपले उद्योगधंदे शेजारच्या राज्यात गेले तरी आपण शब्द काढला नाही. मराठी माणूस राजकारण निवडणुकीपुरते ठेवत नाही. ते चोवीस तास जगू लागतो. राजकारण हाच कायमचा धंदा होऊन बसल्यावर माणसं उद्योगधंद्यात मोठी कशी होणार?

•••

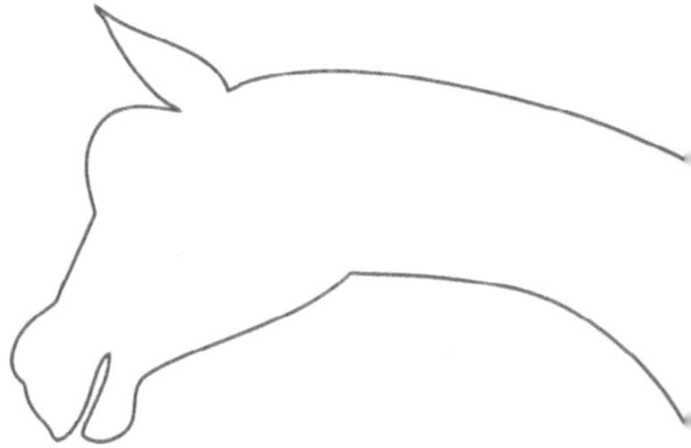

कमान

गावात फिरा. तुम्हांला कमानी दिसतील... मोठमोठ्या. या कमानींचा काय उपयोग असतो? कुठल्या तरी सरपंच, पंचायत समिती सदस्याच्या नावाने असलेल्या कमानी साधी सावलीसुद्धा देऊ शकत नाहीत माणसाला. किंवा पावसापाण्यात या कमानीच्या खाली तुम्ही उभेसुद्धा राहू शकत नाही. या कमानी फक्त भक्तीचं प्रदर्शन करत असतात. पाउस पाण्यात तुम्ही देवळात जाऊ शकता. सावलीत बसू शकता. पण राजकीय भक्ती दाखवण्यासाठी उभ्या केलेल्या कमानी कुणाच्याच कामी येत नाहीत.

बऱ्याचदा परदेशात बागेतल्या बेंचवर या ओळी लिहिलेल्या असतात. पण आपल्याकडे बागेपेक्षा जबाबदार अधिकारी आणि नेत्यांच्या खुर्चीमागे लिहायला या ओळी जास्त योग्य आहेत.

Let no one say, and say it to your shame, That there was meaning here before you came.

शिक्षक

सुरुवातीला मुलं सायकल चालवायला घाबरत असतात. पण जेव्हा कुणीतरी सोबत सायकल धरून चालू लागतो तेव्हा ते विश्वासाने सायकल चालवू लागतात. हळू हळू विसरून जातात की आपल्याला सायकल शिकवणाऱ्याने सायकलचा हात सोडून दिलाय. आत्मविश्वास येईपर्यंत आपल्या सायकलला धरून ठेवणारा, आपल्याला पडू न देणारा एक हात आहे हा विश्वास गरजेचा असतो. आणि प्रत्येक विद्यार्थ्याच्या आयुष्यात तो हात शिक्षकाचा असतो. एक अदृश्य हात जो कायम आपल्याला सावरणार आहे अशी भावना विद्यार्थ्यांची असते. आणि असा हात फक्त पुस्तकातून शिकवणाऱ्याचा नसतो. तो नेहमी मनापासून शिकवणाऱ्याचा असतो.

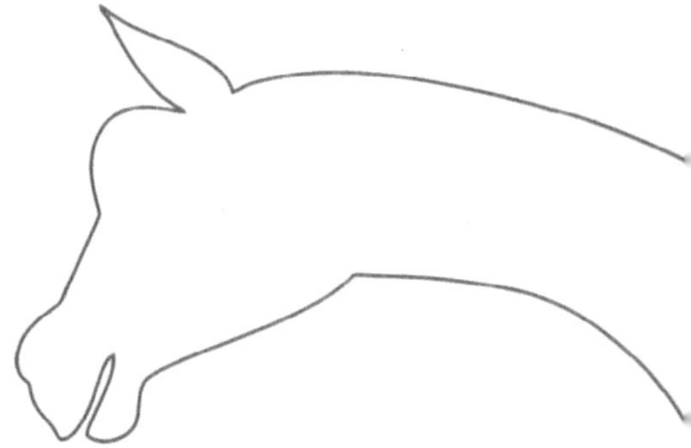

आजीच्या गोष्टी!

'शुभंकरोती' ऐकली की आजी आठवते. ज्ञानेश्वरी असो किंवा गीता, कृष्णाच्या आधी आजी आठवते. तुकारामाचे अभंग आजीचेच आहेत असं वाटायचं, एवढे अभंग तिला तोंडपाठ होते.

बगळे दिसले की आजी आम्हांला हवेत हात हलवून 'बगळ्या बगळ्या कवड्या दे' असं म्हणायला लावायची. बऱ्याचदा बोटांच्या नखांवर पांढरे ठिपके दिसायचे. ज्याच्या नखांवर जास्त ठिपके तो त्या दिवशी बिल गेट्सपेक्षा जास्त श्रीमंत वाटायचा.

नातू मांडीवर असला की आजी कपिला गाय वाटायची. तिच्या गालावरच्या सुरकुत्या दुधावरची साय वाटायची.

आजी बऱ्याचदा परातीत पाणी ओतून घागरीने आपली दृष्ट काढायची. 'आल्यागेल्याची कुणा मेल्याची...' आजी दृष्ट काढायची तेव्हा आपण खुद्द अमिताभ बच्चन आहोत असं वाटायचं.

आजीने सांगितलेल्या गोष्टींसारखा इंटरेस्टिंग एकही सिनेमा जगात बनला नाही अजून. कारण आजीची गोष्ट आपल्यासाठी बदलायची. आपल्याला झोप आली असली तर आजीच्या गोष्टीतला रावण त्या दिवशी सीतेला पळवायचा प्लान रद्द करायचा. आपल्याला झोप येत नसली तर हनुमानाची शेपूट लांबतच जायची. आपण बऱ्याचदा मुलांना आजीकडून ऐकलेल्या गोष्टी सांगू लागतो. पण काही वेळात आपल्या लक्षात येतं, मुलांना गोष्ट सांगायला फक्त त्यांची काळजी असून चालत नाही. एक स्पेशल काळीज लागतं, जे आजी आजोबाकडे असतं.

•••

कवी

एका कवीने कविता लिहिलीच नाही
कागद झाडाचा बनतो हे कळल्यावर.
कागद काळे करण्यापेक्षा वडाचं
एक झाड लावू असं ठरवलं त्याने.

दरम्यान
समकालीन कवितेत खूप पीक आलं
प्रायोगिक वगैरे कवितांचं.
त्याच्या वडाची दखल मात्र
कुठल्याच वर्तमानपत्राने घेतली नाही.
समकालीन कविता तिसऱ्या दिवशी
फुटाण्याच्या पुडीसाठी शहीद झाली.

वड मात्र हिरवागार आहे अजूनही
रोज पक्ष्यांचं संमेलन भरतं न चुकता.
वडाकडे बोट दाखवून कवी म्हणतो,
'हे आपलं पुस्तक आहे.'
लोक हसतात आणि म्हणतात,
'याला काही सुचत नाही.'
कवी झाडाखाली वाचत असतो
हजारो पुस्तकं.

कधी
अचानक सुचल्यासारखा कवी उठतो
आता कविता लिहिणार असं वाटतं.
पण कवी जातो बांधावर
आणि लावतो आणखी एक झाड.
गावात त्याला कुणी कवी म्हणत नाही
कारण त्याने कागदावर कविता लिहिली नाही.

पण इथून पुढे वडाच्या सावलीत बसल्यावर
सुरू झाली पक्ष्यांची किलबिल
तर नीट लक्ष देऊन ऐका
तुम्हांला नक्की कविता ऐकू येईल.

कवी झाडाला 'पुस्तक' म्हणतो
कारण त्या पानांमध्ये
खूपकाही देण्याची ताकद आहे.
ही पानं वाळायच्या आत
चाळायला हवीत
हिरव्यागार कवितेसाठी!

•••

माया

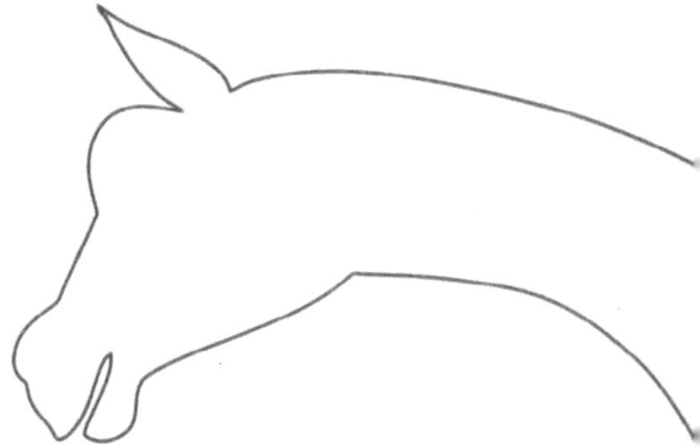

कधी आपण 'जग मायाजाल आहे' म्हणतो, कधी कुणाला 'मायेचा झरा' म्हणतो, तर कधी 'माया पातळ झाली' म्हणतो. कधी 'मायावी' म्हणतो. कधी 'मायाळू' म्हणतो. पण या 'माया' शब्दाचा आणखी एक खूप छान अर्थ होता. कपडे शिवताना टेलरला थोडा जास्त कपडा ठेवायला सांगितला जायचा. खासकरून बाही शिवताना एक्स्ट्रा कापड दुमडून बाही शिवली जायची. म्हणजे पुढेमागे वजन वाढलं, हातापायाचा आकार मोठा झाला की तीच बाही उसवून ते एक्स्ट्रा कापड वापरता येई. ते जे मुद्दाम ठेवलेलं, दुमडलेलं कापड असायचं त्याला 'माया' म्हणायचे.

गावाकडे ब्लाउजला चोळी म्हणायचे. ब्लाउज जेव्हा चोळी होतं तेव्हाची गोष्ट. चोळी शिवताना हमखास एक्स्ट्रा कापड दुमडून ठेवलेलं असायचं... तेच माया. केवढा बारकाईने विचार केला जायचा – वस्तूचा आणि शब्दाचा. आजकाल आपण कपडे शिवताना अशी माया ठेवत नाही. पण कपड्यात नाही, तरी माणसात माया असली पाहिजे.

•••

प्रेम

आपल्याकडे बाजीराव-मस्तानीसारख्या कितीतरी प्रेमकथा आहेत. 'हरणाच्या कातड्याची चोळी हवी', हा हट्ट पुरवणारा राम आहे. पार्वतीचा हट्ट पुरवणारा शंकर आहे. पार्वती कधी आपल्याला स्वयंपाक करताना किंवा भगवान शंकर कधी आपल्याला 'पाऊस पडतोय. भजी कर.' म्हणताना दिसत नाही. मग 'स्वयंपाक करणारीच बायको पाहिजे!' हा संस्कार कुठून आला असेल? प्रश्न खूप असतात.

खूप पूर्वी ऐकलेली एक सुंदर गोष्ट आठवते. जशी आठवते तशी सांगतो. गोष्ट महायुद्ध सुरू असतानाची.

नायिका एका बॉम्ब बनवण्याच्या कारखान्यात काम करते. युद्ध सुरू असल्याने खूप काम आहे. रात्री उशीर झाला तरी व्यवस्थापक सोडायला तयार नाही. आणि त्यात या बिचारीच्या डोक्यात बॉम्ब बनवतानाही सैन्यात असलेल्या आपल्या प्रियकराचे विचार... त्याच्या आठवणी... त्यांनी एकत्र घालवलेले प्रेमळ क्षण. हे सगळं डोक्यात असल्यावर कामात लक्ष कसं लागणार? तिच्याकडून बॉम्बची वात लावताना चूक होते. व्यवस्थापक रागावतो. तिला कामावरून हाकलून देतो.

भर रात्री ती एकटीच निघालीय. विमानं मधूनच आकाशात मोठ्याने आवाज करत जातात. अचानक एक बॉम्ब तिच्या अगदी जवळ येऊन पडतो. ती जागेवरच बसते. कान बंद करून घेते. सगळं काही संपलय. तिच्या डोळ्यांसमोर तिचा प्रियकर येतो. परंतु खूप वेळ होऊनही बॉम्ब काही फुटत नाही. ती डोळे उघडून बघते. बॉम्ब तसाच आहे. ती हलकेच हसते. तिच्या लक्षात येतं, शत्रुराष्ट्रातही आपल्यासारखाच कुणीतरी असणार, जो प्रेमात पडलाय—आपल्या माणसाच्या काळजीने ज्याचं कामात लक्ष नाही.

कथा संपते. पण प्रेमात किती ताकद आहे ते सांगून जाते. युद्ध दोन देश करत नसतात. डोक्यात द्वेष भरलेले दोन नेते करत असतात. युद्ध दोन देश थांबवू शकत नाहीत, मनात प्रेम असलेली माणसं थांबवू शकतात.

•••

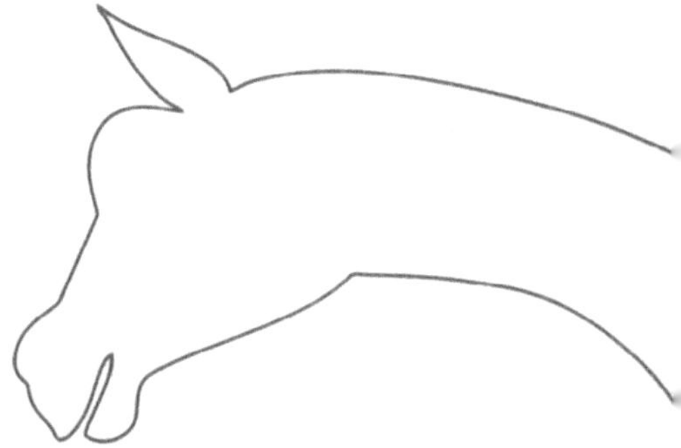

ट्रोल्स

काही वर्षांपूर्वी जर एखादा माणूस सहज कुणाच्यातरी घराच्या भिंतीवर काहीतरी लिहून आला असता तर आपल्याला काय वाटलं असतं? कुणाच्यातरी घराचं नाव आपल्याला आवडलं नाही म्हणून त्याच्या भिंतीवर काही लिहायचा वेडेपणा कुणी केला असता का? भिंतीवर लिहिणारे कोण होते? सार्वजनिक शौचालयाच्या भिंतीवर लिहिणारे अज्ञात विकृत लोक आपल्याला माहीत होते. उगाच कुणाचातरी नंबर टाकणारे... उगाच कुणाला तरी शिव्या लिहिणारे... बऱ्याचदा तर स्त्रियांनाच त्रास दिला जायचा असं भिंतीवर काहीबाही लिहून. कधी एसटीच्या सीटवर मागच्या बाजूने... कधी कुठल्या किल्ल्यावर... कधी झाडावर.

पण, अचानक हे फालतू लिखाण कमी झालंय हे तुमच्या लक्षात आलंय का? काय घडलं असं? अचानक लोक सुसंस्कृत झाले का? अचानक विकृती संपली का? नाही. आता या लोकांना सोशल मीडिया मिळालाय भिंती रंगवायला. 'ट्रोलर' नावाने ही मंडळी ओळखली जाऊ लागली आहेत. जे कधीही कुणाच्याही सोशल मीडिया वॉलवर जाऊन काहीही खरडून येतात. ज्या विषयाशी आपला संबंध नाही त्या विषयावर बोलत राहतात. कुठून येतं या मंडळीमध्ये एवढं धाडस?

ट्रोल करणारे लोक बऱ्याचदा आपली खरी ओळख लपवून ठेवतात. काही लोक स्त्रियांच्या नावाने 'फेक अकाऊंट' बनवतात. ही एक खूप मोठी विकृती आहे. पुरुष म्हणून आपल्याशी कुणी बोलणार नाही याची खात्री असणारे लोक बायकांशी बोलायला फेक अकाऊंट काढायचे... बायकांचे फोटो वापरून... नाव वापरून!

पुढे असे फेक अकाऊंट लोकांच्या वॉलवर जाऊन घाणेरड्या भाषेत कमेंट करायला वापरले जाऊ लागले. आता या लोकांचं धाडस एवढं वाढलंय, की फेक अकाऊंटची गरज पडत नाही. अशा लोकांवर कारवाई होत नाही हे लक्षात आलंय. हे लोक मोकाट सुटलेत. सोशल मीडियावर खूप लोक आपल्या मनातला राग व्यक्त करतात, आनंद व्यक्त करतात, आपल्या भिंतीवर. पण, आता ते सोपं राहिलेलं नाही. विशेषतः व्यवस्थेला प्रश्न विचारणं सोपं राहिलेलं नाही. प्रश्न विचारण्याची भीती निर्माण झालीय.

एक महत्त्वाची गोष्ट, लोक एवढे प्रश्न का विचारतात? लोकव्यवस्थेच्या विरोधात का लिहितात? तशी गरज निर्माण होते. जेव्हा पत्रकार, वृत्तवाहिन्या व्यवस्थेला प्रश्न विचारणं टाळू लागतात तेव्हा विचारी लोक अस्वस्थ होतात. प्रश्न विचारणं आपली जबाबदारी आहे असं त्यांना वाटू लागतं. जगातल्या कुठल्याही कोपऱ्यांत असं सामाजिक भान असणारे, समाजाविषयी संवेदनशील असणारे लोक असतातच. त्यांना फार काळ गप्प बसवता येत नाही.

सत्तेच्या किंवा सत्ताधारी लोकांच्या अंध प्रेमात असणारे लोक अशी स्वतंत्र विचारांची माणसं सहन करू शकत नाहीत. बहुसंख्य लोकांना आपल्या नेत्यांना होणारा विरोध सहन होत नाही. मग ते विरोधक असू द्या किंवा सत्ताधारी. खरंतर जगात कुठलाही नेता परिपूर्ण असू शकत नाही. पण काही लोक एवढे नाजूक मेंदूचे असतात, की त्यांना आपला नेताच देव आहे असं वाटू लागतं. हे तेच लोक असतात, ज्यांना दहा रुपयात घेतलेली लिंबू मिरचीवाली बाहुली आपल्या लाखो रुपयांच्या गाडीचं रक्षण करते यावर विश्वास असतो. हे तेच लोक असतात, ज्यांना मोबाईल खराब झाला की एकदा चालू करून बंद करायचा एवढंच ज्ञान असतं. पण व्हायरस शिरला असेल तर कितीही चालू-बंद केला तरी मोबाईल रिपेअर होत नसतो, हे यांच्या लक्षात येत नाही.

मुळात माणसांचं हे होतंच. व्हायरस शिरला हे लक्षातच येत नाही. फाइल करप्ट होतात तरी लवकर कळत नाही. आपण पोट खराब झालं तर काही खाण्यात आलं असेल अशी समजूत काढतो स्वतःची. डोकं दुखत असेल तर असंच काही कारण. आपल्या प्रत्येक त्रासाचं काही सोयीस्कर कारण असतं, निदान आपल्याला पटेल असं. पण लोकांच्या भिंतीवर जाऊन उगाच आक्रस्ताळेपणा करण्यामागे काय कारण असतं? पटेल असं एकही कारण कुणाला देता येत नाही.

या विषयातील कारण समजून घेण्यासाठी सातत्याने अशा कमेंट करणाऱ्या काही लोकांशी बोललो. तर, अशा एका ट्रोलरला वाटत होतं, की लोक देशद्रोही आहेत. म्हणून तो त्यांच्या पोस्टवर जळजळीत भाषेत उत्तर देतो. त्याला विचारलं, ''युरोप-अमेरिकेतली माणसंसुद्धा आपल्या देशाबद्दल लिहितात, इथल्या गोष्टींबद्दल व्यक्त होतात. त्यांना का उत्तर देत नाही?'' तर, त्याला अशी माणसं आहेत हेच माहीत नव्हतं.

ट्रोल करणारी माणसं खरे शत्रू ओळखू शकत नाहीत. ते स्वतःच्याच देशातल्या लोकांना शत्रू समजून ऊर बडवत असतात. जीनाला न मारता गांधीला मारतात. मुलाला लाडाने सांताक्लॉज बनवतात आणि दाभोळकरांचा खून करतात. आपल्याच देशातल्या माणसांना शत्रू बनवत राहतात. आणि हे करण्यासाठी फार मर्दुमकी असण्याची गरज नसते. त्यात अशा मवाली लोकांकडे अक्षम्य दुर्लक्ष करणाऱ्या यंत्रणा असल्यावर चिंताच नसते. सगळ्यांत दुर्दैवी आहे, ती आता ट्रोलर महिलांचीसुद्धा संख्या खूप

वाढलीय. त्यांचं वैशिष्ट्य हे असतं, की त्या ऊठसूट कुणालाही कुठल्याही भाषेत बोलतात... लिहितात. पण त्यांना कुणी उत्तर दिलं की त्या 'आपण महिला आहोत' अशी ढाल पुढे करतात.

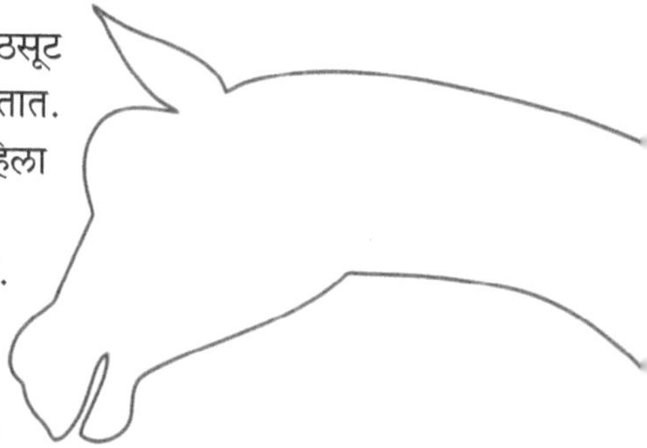

ट्रोल किंवा आपल्याकडे शब्द आहे टोळ. टोळधाड. टोळ झुंडीने यायचे आणि अख्ख्या शेताची वाट लावायचे. पीक नष्ट करायचे. ट्रोल तसेच असतात. पीक नाही; पण सर्जनशीलता मारत जातात. लोकांना नवीन काही सुचण्याची भीती वाटावी एवढी दहशत निर्माण करतात. प्रत्येकाने व्यवस्था ठरवेल तसंच वागावं आणि तसाच विचार करावा अशी यांची अपेक्षा असते. प्रश्न विचारण्याची पद्धत नष्ट करण्याचा विडा उचललेली ही माणसं! खरंतर मेंदू हॅक झालेली माणसं... फिनाईल टाकून ब्रेनवॉश केल्यासारखी. त्यांच्या लक्षात येत नाही, की त्यांच्या मेंदूतले प्रश्न बंद झाले आहेत. जे प्रश्न विचारणारे आहेत त्यांना तरी बोलू दिलं पाहिजे. कारण प्रश्न दर वेळी अडचणीत आणण्यासाठी नसतात. प्रश्न शोधाची सुरुवात असतात.

सफरचंद झाडावरून खाली का पडलं, हा प्रश्नच पडला नसता तर...? प्रश्न पडल्यामुळेच शोध लागतात. प्रश्न विचारल्यामुळेच माणसाची, देशाची प्रगती होते. दुर्दैवाने आपण लहान मुलांनासुद्धा फार प्रश्न पडू देत नाही. त्यांचं तोंड गप्प करण्याकडे आपला कल असतो. त्यामुळे अशी मुलं पुढे आपल्या कामाशिवाय इतर गोष्टींचा विचार करत नाहीत. रस्त्यात खड्डे आहेत, एवढीच तक्रार करत राहतात. त्यावर उपाय काढण्यासाठी चर्चा करत नाहीत. तुम्ही बारकाईने विचार करा, आपल्याकडे लोक रस्त्यात खूप खड्डे आहेत हे एकमेकांना सांगत असतात. खरंतर हा प्रश्न कुणाला विचारायचा हे माहीत असूनही आपण तो विचारत नाही. आजवर किती लोकांनी हा प्रश्न आपल्या नगरसेवकाला, आमदाराला, आयुक्ताला विचारलाय?

बऱ्याच घरांमध्ये आईवडिलाना भिंतींना नवा रंग देताना भीती असते, की आपलं लहान मूल यावर काही खरडून ठेवणार नाही ना? लहान मुलांना भिंतीवर काहीतरी खरडायला खूप आवडतं; पण ते भन्नाट असतं. त्यात हिंसा नसते. त्यात शिवीगाळ नसते. त्याचा अर्थ आपल्याला लागत नाही. पण आपण एक नक्की सांगू शकतो की, ते जे काही आहे ते निरागस आहे. मग ती निरागसता सोशल मीडियावरच्या भिंतीवर कुठे जाते? का घरातल्या भिंतींवर काहीतरी खरडल्यावर मार खाल्लेली पोरं पुढे ट्रोल होत असतील?... लोकांच्या भिंतीवर मग मुद्दाम घाण करत असतील?

•••

चमचा

'नेता' शब्दाचं वजन गेलं आणि 'कार्यकर्ता' शब्दाचीही किंमत कमी होत गेली. नाणंच खणखणीत नसेल तर त्याला किंमत काय असणार? नेते आज या फांदीवर उद्या त्या फांदीवर करू लागले. मग कार्यकर्ते तरी काय करणार? ज्याच्या नावाचं कुंकू लावलं त्याला दुसऱ्याच्या अंथरुणात पाहिल्यावर काय वाटणार? इथे राजकारणी तर दर पाच वर्षाला झेंडे बदलतात. आयाराम गयाराम सगळीकडे आहेत. पैशासाठी, पदासाठी, तर कुणी धमकीला घाबरून पक्ष बदलतात. कुत्र्याला घाबरून मांजरीने शेपूट घालून रस्ता बदलावा तसा पक्ष बदलणारे काही नेते, तर पोलिसाला बघून चोराने दुसऱ्या गल्लीत धूम ठोकावी तसे काही नेते!

कधी-कधी गल्लीत नवीन कुत्रा दिसला की बाकीचे कुत्रे भुंकून-भुंकून त्याला हैराण करून टाकतात. मग काही दिवसांत तो नवीन कुत्रा त्यांच्या कळपात सामील होतो... मित्र होतो. राजकारणातही असंच एखाद्याला भ्रष्टाचाराचे आरोप करून हैराण करतात. शेवटी तो आरोप करणाऱ्यांच्या पक्षात सामील होतो. सगळं काही शांत होतं.

स्वातंत्र्य मिळाल्यानंतर आपलं सरकार आलं. लोकांना वाटलं, आता सगळं सुरळीत होईल. पण पहिली निवडणूक आली आणि लोकशाहीचे भलतेच रंग दिसायला सुरुवात झाली. राजकीय नेत्यांनी गुंडांना हाताशी धरायला सुरुवात केली. गुंड नेत्यांच्या इशाऱ्यावर काम करू लागले. काही ठिकाणी हे चित्र दिसत होतं. पुढे गुंड वाढत गेले. असा काळ आला, की राजकारणीच गुंडांच्या इशाऱ्यावर काम करू लागले. राजकारण्यांना आणि जनतेला त्यांची एवढी सवय झाली, की हळूहळू गुंडच निवडणुकीत उभे राहू लागले. या सगळ्या गोष्टीसाठी महत्त्वाचं कारण होतं निवडणुकीसाठी लागणारा पैसा.

आजही कुणीच गंभीरपणे या गोष्टीचा विचार करत नाही. निवडणुकीत होणारा खर्च कमी झाला तर देशातला खूप मोठा भ्रष्टाचार कमी होईल, खूप मोठ्या प्रमाणात गुंडगिरी कमी होईल. आणि ही गोष्ट फक्त आणि फक्त जनतेच्या हातात आहे. त्यासाठी विनाकारण रिकामटेकडं असल्यासारखं नेत्यांच्या सभेला जाणं बंद केलं पाहिजे.

अमेरिकेत होते तशी उमेदवारांची टीव्हीवर जाहीर चर्चा झाली पाहिजे. तेवढी पुरेशी आहे. लाखो लोक गोळा करून फालतू आश्वासनं द्यायची, टाळ्या मिळवण्यासाठी भंपक भावनिक आवाहन करायचं, लोक गोळा करण्यासाठी लाखो रुपये खर्च करायचे हे सगळं बंद होईल.

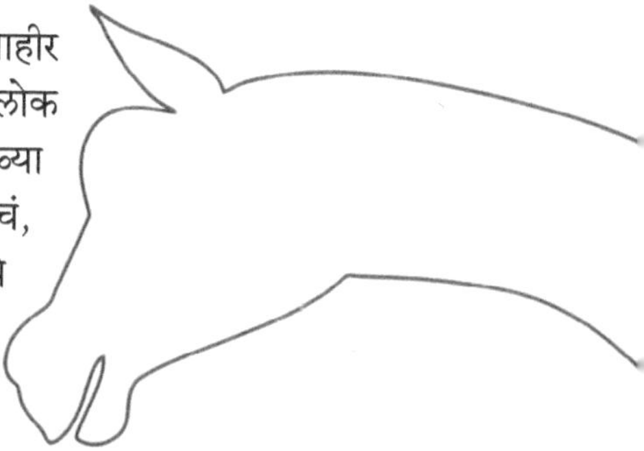

काही लोकांना वाटतं की, निवडणुकीच्या निमित्ताने छोट्यामोठ्या व्यावसायिकांना कामं मिळतात. हा एक मोठा गैरसमज आहे. पाच वर्षांत दोन-तीनदा काम मिळण्याच्या मोबदल्यात कायमस्वरूपी नुकसान किती होतं याचा विचार कुणी करायचा? निवडणुकीत एकेका उमेदवाराचा पाच-सहा कोटी रुपये खर्च सहज होतो. हा खर्च आमदार-खासदार जनतेची सेवा करायची म्हणून करतात, असं आपल्याला वाटत असेल तर आपल्यासारखे मूर्ख आपणच! हा खर्च हे लोक वसूल करतातच... करणारच. आपल्याकडे एकच पर्याय आहे. तो म्हणजे, यांना खर्चातच पाडायचं नाही.

बाप दारुडा, जुगारी किंवा बेजबाबदार असला तर मुलं समजूतदारपणे वागू लागतात. फार खर्चात पाडत नाहीत. आपल्यालाही शहाण्या मुलासारखं वागावं लागेल. कारण आपण पैसे न खाणारे किती नेते पाहिलेत? गुंडांशी जवळीक नसलेले किती नेते पाहिलेत? बरं, हे नेते अधिकाऱ्यांच्या बदल्या करणार. एक अधिकारी बदली मिळण्यासाठी पाच-पन्नास लाख देत असला तर त्याची वसुली वेगळी. कारण पुन्हा तेच. अधिकारी काय जनतेची सेवा करायची म्हणून बदली मागत असतो का? सेवाच करायची तर ती कुठल्याही पदावर आणि कुठल्याही शहरात करता येते. मला अमुक एकाच शहराची किंवा जिल्ह्याची सेवा करायची आहे, असं कसं म्हणू शकता? पण कित्येक अधिकारी असं म्हणत असतात. ही चमचेगिरीची सुरुवात असते. अधिकाऱ्याने नेत्याला शरण जाण्याची सुरुवात.

आज कित्येक अधिकारी कुठल्या नेत्यासाठी काम करतात हे सामान्य माणसालाही माहीत असतं. अमक्या महापालिकेत अमका अधिकारी आणून ठेवायचा हे नेता ठरवून टाकतो. कुठला पोलीस आयुक्त पाहिजे हेसुद्धा ठरवलं जातं. महामार्गाच्या कामासाठी अमुक एकच अधिकारी पाहिजे असा आग्रह होतो. याचा अर्थ काय? इडीसारख्या विभागात एकच प्रमुख निवृत्तीनंतरही कायम ठेवावा वाटणे याचा अर्थ काय? जेव्हा राज्यकर्ते आपल्या मर्जीने अधिकारी नेमू लागतात तेव्हा आपल्याला कर्तव्यदक्ष लोक कमी दिसतात आणि चमचे जास्त दिसू लागतात.

कधीकाळी एखादी कामगिरी पार पाडण्यासाठी कर्तबगार आणि विश्वासू माणसं नेमली जायची. ते उजवे किंवा डावे हात म्हणून ओळखले जायचे. पण हळूहळू कामगिरीत कुणाला रस उरला नाही. वसुलीच महत्त्वाची झाली. वसुलीच करायची तर कर्तबगार माणूस कशाला पाहिजे? वसुली करून देईल एवढा विश्वास पाहिजे. मग तो उजवा हात किंवा डावा हात असला पाहिजे असा आग्रह उरला नाही. जेव्हा हाताची गरज नसते तेव्हा चमच्याचा काळ येतो. आता चमच्यांचा काळ आलाय.

आपल्या देशात आपण सहसा हाताने जेवणारी माणसं... काला करून, कुस्करा करून. पण इंग्रजांनी राज्य केलं आणि आपल्याला हाताने जेवायची लाज वाटू लागली. आपल्या तोंडी चमचा येण्यात इंग्रजांचा हात आहे. ते असो! तो ताटात ठीक आहे, वाटीत ठीक आहे; पण समाजात नको.

एक काळ होता, जेव्हा कार्यकर्त्याला किंमत होती, प्रतिष्ठा होती. चळवळीतले कार्यकर्ते... संघटनेतले कार्यकर्ते... पूर्ण वेळ कार्यकर्ते. आणि कार्यकर्ता म्हणजे प्रामाणिक, तत्त्वनिष्ठ, कष्टाळू ही प्रतिमा होती. कारण पक्ष, संघटना आणि चळवळी यांना एक विचारसरणी होती. हळूहळू पक्षांनी स्वतःची विचारसरणी सोडून दिली. माफ करा! हळूहळू नाही झटक्यात! काँग्रेसने ते सगळ्यांत आधी केलं. खूप पैसा आणि ताकद असली की ते होतंच. मग बाकी पक्षांनी अनुकरण केलं.

निवडणुकीत गुन्हेगारी कशी शिरली? आधी उमेदवार प्रचाराला, धमक्या देऊन मत द्यायला लावण्यासाठी गुंडांचा वापर करू लागले. गुंडांच्या जिवावर निवडणूक जिंकू लागले. कार्यकर्त्यांच्या गराड्यात वावरणारे नेते गुंडांच्या टोळ्या घेऊन फिरू लागले. मग गुंडांच्या लक्षात आलं, की आपण नेत्यांना का निवडून द्यायचं? त्यापेक्षा आपण स्वतःच निवडणूक लढवू. आणि मग गुंडांनी पांढरे कपडे घालायला सुरुवात केली. निवडणूक लढवली... जिंकली. जनतेनेही गुंडांना मोकळ्या मनाने निवडून दिलं.

हे नैतिक अधःपतन कुठल्या थराला गेलं? गुंड थेट तुरुंगातून निवडून येऊ लागले. एक-दोन नाही, असंख्य गुंड तुरुंगातून निवडून आले... येतात. आता कुठल्याही पक्षाला गुंडांशिवाय पर्याय नाही, अशी परिस्थिती आलीय. परंतु गुंड खूप लवकर पांढरपेशी होतात. आपल्यावरच्या केस मिटवतात. उजळ माथ्याने जगू लागतात. सुधारत नाही तो चमचा! जो धड गुंड नसतो, धड सज्जन नसतो, तो केवळ आपल्या नेत्याचे, पक्षाचे गुणगान गात राहतो. त्यासाठी सोशल मीडियावर अतिशय घाणेरड्या भाषेत बोलत राहतो. वेळप्रसंगी बलात्काराचं आणि बेरोजगारीचं समर्थन करू लागतो. आपल्या नेत्याच्या भ्रष्टाचारावर पांघरूण घालू लागतो.

एखादा प्रेमळ बापसुद्धा आपल्या मुलाचे एवढे अपराध पोटात घालत नाही, जेवढे चमचे आपल्या नेत्याचे अपराध पोटात घालतात. मुलगा दारुडा असेल तर

बाप कानाखाली मारेल, शिव्या देईल. किमान माघारी तरी त्याची चूक कबूल करेल. पण एखाद्या नेत्याचा किंवा राजकीय पक्षाचा चमचा माघारीदेखील आपल्या नेत्याची चूक कबूल करत नाही. म्हशीच्या शेपटासारखी अवस्था असते या चमचे लोकांची. शेणामुताने माखले तरी लाज झाकायची कामगिरी करत राहायचं. पुन्हा माश्या हाकलायला शेपटानेच हलत राहायचं... दिवसरात्र. थांबायचं नाव नाही. पण शेपटाने क्षणभर माश्या हाकलता येतील. स्वच्छता कशी होणार?

कार्यकर्ते जाऊन चमचे आले आणि राजकारण पूर्ण बदलून गेलं. पूर्वी नेते कार्यकर्त्यांवर अवलंबून होते, त्यांना सांभाळून होते, त्यांच्या शब्दाला मान देत होते. कार्यकर्ते नेत्यांना काम सांगू शकत होते. प्रश्न विचारू शकत होते. कार्यकर्ते काय म्हणतील, हा विचार करत होते. कारण, कार्यकर्ते नेत्यासाठी नाही, विचारासाठी लढणारे होते. पण तो विचार संपला. युती आणि आघाडीच्या राजकारणात नाही, पक्षांतरात संपला.

लोकशाहीत वेगळे पक्ष एकत्र येतात आणि सरकार स्थापन करतात. पण थेट पक्ष बदलायची प्रथा सुरू झाली आणि घोळ झाला. पक्ष सोडण्याला आणि फोडण्याला प्रतिष्ठा आली. पक्ष फोडण्यात वाकबगार लोकांना 'चाणक्य' म्हणू लागले. आजकाल गल्लीतल्या नेत्यालासुद्धा चाणक्य म्हणायची प्रथा सुरू झाली. खऱ्या चाणक्याला कधी नव्हे एवढा पश्चात्ताप होत असणार!

आजकालच्या राजकारणातल्या लोकांना केवळ चाणक्य न म्हणता 'चमचांचे चाणक्य' म्हणायला पाहिजे. चमचा होण्यात आनंद मानणाऱ्यांना मी नेहमी सांगत असतो, 'चमचा हरवला तरी कुणाला दुःख होत नाही, ही गोष्ट लक्षात घेतली पाहिजे. घरातले ग्लास, कप तरी लोक मोजतात. पण चमचे कुणी मोजत नाहीत. लग्नात वाटी किंवा तांब्या भेट दिला तरी त्यावर नाव टाकायचे लोक. पण चमच्यावर कधी कुणी नाव टाकत नाही. चमच्यावर आपलं नाव असावं असं कुणाला वाटत नाही.

हॉटेलमध्ये किंवा पंगतीत जेवताना सगळ्यांत जास्त आवाज करतात ते चमचे... डोकं उठवतात लोकांचं! पण एक गोष्ट लक्षात ठेवली पाहिजे, हॉटेलमध्ये एका ताटाची किंमत असते. एक श्रीखंड किंवा रस्साभर वाटीचेही दर ठरलेले असतात.पण चमच्याचा दर नसतो... किंमत नसते... रेट नसतो. चमच्यांचे प्रकार वेगवेगळे असले तरी त्याला मिळणारी वागणूक सारखीच असते. काटेरी चमचा असला म्हणून त्याला विशेष वागणूक असते असं नाही. राजकीय पक्षाचेही असे काटेरी चमचे असतात. काही पदार्थांत ते वापरावे लागतात. फारच घाई असेल तर प्लास्टिकचे चमचेसुद्धा

वापरले जातात. सोशल मीडियावर फुटकळ पैशात राजकारण्यांची आरती ओवाळणारे असे प्लास्टिकचेच चमचे असतात. खरंतर चमच्याला वाटत असतं आपण खातोय. पण खाणारी तोंडं वेगळी असतात. चमचे फक्त खरकटे होत असतात. पण ही गोष्ट चमच्याला शेवटपर्यंत कळत नाही. तो दर वेळी वाटीत असाकाही शिरतो, की जणू त्याच्यासाठीच आमरस बनलेला आहे. हा स्टीलच्या चमच्याचा गुण आहे. पण माणूस असलेल्या चमच्याला लवकर अक्कल येणं अपेक्षित असतं.

पूर्वी पक्षाला कार्यकर्त्यांचं महत्त्व होतं. पण आता जात, धर्म आणि पैसा या गोष्टी निवडणुकीत महत्त्वाच्या झाल्या आहेत. सोशल मीडियावर काही मिनिटांत एखाद्या अफवेचा आधार घेऊन रान पेटवता येतं, दंगली घडवता येतात. आपला विकास झालाय असं चित्र निर्माण करता येतं. परदेशातल्या ठिकाणांचे फोटो आपल्याकडचे आहेत असं दाखवून 'विकास झाला' असं चक्क वर्तमानपत्रातल्या जाहिरातीत बिनधास्त दाखवलं जातं. हे एक-दोनदा नाही खूप वेळा झालंय. असे फोटो सोशल मीडियावरचे चमचे अभिमानाने फिरवत असतात... मिरवत असतात. या चमच्यांना आता 'ट्रोल' असा शब्द आहे.

हे ट्रोलर्स हा या देशापुढचा सगळ्यांत मोठा धोका आहे. कारण हे ट्रोल देशाचं खरं चित्र आपल्यापुढे येऊ देत नाहीत. विरोधी ट्रोल कायम 'आपलं वाईट चालू आहे' हे सांगत असतात, तर सत्ताधारी ट्रोल 'आपण कसे जगात श्रेष्ठ' हे सांगत असतात. पण यापैकी काही खरं नसतं. कुठलाच देश कधीच परिपूर्ण नसतो आणि नेताही. प्रत्येकाच्या मर्यादा असतात. पण या मर्यादा आपल्यापुढे येऊ दिल्या जात नाहीत. आपण गाफील राहायला हवं असा कायम प्रयत्न चालू असतो.

पण, देशाबाबत, राज्याबाबत किंवा आपल्या गावाबाबत गाफील राहणं हे नशेत राहिल्यासारखं आहे. नशेत असल्यावर संकट ओळखू येत नाही. आलं तरी त्यावर उपाययोजना करण्याची ताकद उरत नाही. त्यामुळे या सोशल मीडियावरच्या अफवांच्या नशेत राहण्यात काही अर्थ नाही. सगळ्यांत मोठी नशा 'आपण जगात भारी आहोत' ही आहे. जुनी माणसं कितीही पैसा असला तरी साधेपणा जपत. पैशाचा बडेजाव किंवा दिखावा करत नसत. आता प्रत्येक बाबतीत दिखावा जास्त महत्त्वाचा वाटतो.

कर्ज काढू नये असं नाही; पण ते दिखाव्यासाठी नसावं. आज आपण आपल्या राज्यावर किती कर्ज आहे याचा विचार करतो का? आपल्याकडे तलाठी किंवा शिपाई होण्यासाठी लाखो अर्ज येतात, हे कशाचं लक्षण आहे? लोक धर्मावर एवढे आक्रस्ताळेपणा करतात; पण किती लोकांनी भगवद्गीता वाचलेली असते? किती लोकांनी कुरआन वाचलेलं असतं? किती लोकांना बुद्धाने खरोखर काय सांगून ठेवलंय हे माहिती असतं? पौराणिक कथा माहीत असतात; पण 'चरकसंहिता' किती लोकांना

माहीत असते? वेदांत नेमकं काय लिहिलंय किती लोकांना ठाऊक असतं?

जर भावच कळला नसेल तर तो भक्त कसा? कामच होणार नसेल तर तो कार्यकर्ता कसा? तो चमचाच उरणार. आणि चमचा स्वतःचेही भले करू शकत नसेल तर जनतेचं काय होणार? व्यवस्थेला प्रश्न कोण विचारणार? जेवताना माणसं तोंडाचा आवाज करतात. पण त्याने अन्न चावलं जात असतं. चमच्याचा आवाज उगाच असतो. तो लोकांच्या डोक्यात जात असतो. तो शिष्टाचार नसल्याचा असतो. ज्यांचे चमचे जास्त आवाज करतात अशी माणसं बैठकीत बसण्याच्या लायकीची नसतात. त्यांना देशातच लोक हसतात. जगात तर बोलायलाच नको. महत्त्वाचं काय? तर, ज्यांचे हात स्वच्छ असतात त्यांना सहसा चमच्याची गरज पडत नाही.

•••

निवडून द्यायच्या आधी लोक उमेदवाराला काहीच विचारणार नसतील तर निवडून दिल्यावर उमेदवार लोकांना कधीच विचारत नसतात.

ऑनलाइन

बँकेतून पैसे काढताना किती गप्पा व्हायच्या लोकांशी! पण एटीएम आले आणि बँकेतली गर्दी कमी झाली. कुणीतरी कुणाकडून ती स्लीप भरून घेत असायचं, बँकेतले लोक नातेवाईक असल्यासारखे खातेदारांशी बोलायचे. ते सगळं संपलं. तंत्रज्ञान उत्तम आहे. रांगा संपल्या. पण फक्त रांगाच नाही; आपुलकी संपली, ओळखीपाळखी कमी झाल्या. आता एटीएममधली बाई ज्या कृत्रिम, यांत्रिक आणि भकास आवाजात सूचना करत असते, ते ऐकवत नाही. एखादा खडूस कॅशिअर, एखादा प्रेमळ मॅनेजर किंवा अतिशय बोलघेवडा शिपाई आता आपल्या परिचयाचा राहिला नाही. मोबाईलमुळे तर एटीएमच्या रांगाही कमी झाल्या. तंत्रज्ञान माणसांना जोडणारं असलं की बरं वाटतं.

आता यूपीआयमुळे आपला पैसा इतरांच्या पैशाशी बोलतो. स्कॅन करायचं फक्त. दुकानदाराकडे बघायचं नाही. त्याचे पैसे जमा झाल्याचा एक आवाज येतो स्पीकरवर. आपण मोठ्या थाटात 'झाले बरं का' म्हणून मोकळं व्हायचं. दहा रुपये दिले तरी दहा लाख दिल्यासारखा चेहरा करत.

खिशातून पैसे देताना 'सुट्टे' या एका विषयावर किती गप्पा, किती वाद! काहीतरी घडायचं. ते काहीतरी कायम ओळख निर्माण करणारं ठरायचं.

आपण मोबाईलमध्ये भाजीची ऑर्डर देऊ लागलो आणि व्यवहारज्ञानाची फुकट शाळा गमावली. बाजारात कुठल्या गोष्टीचा कुठे काय भाव चालू आहे, याच्याशी आपला संबंध संपत चाललाय. ऑनलाइन जो भाव आहे तोच खरा वाटतो आपल्याला. त्यावर जी ऑफर आहे ती लॉटरी वाटते. आजकाल 'कांदे बरे येत नाहीत' किंवा 'मेथी स्वस्त झालीय' किंवा 'लिंबू महाग झालेत' अशा गोष्टी आपल्या आयुष्याचा भाग राहिल्या नाहीत.

आपला जगाकडे बघण्याचा कॅमेरा बंद पडत चाललाय. लोकलमध्ये, बसमध्ये माणसं एकमेकांना शोधायची. भर गर्दीत आपल्या माणसाजवळ पोहोचायची... बोलायची. आता बस-लोकलमध्ये शिरल्या-शिरल्या लोक मोबाईलमध्ये बघू लागतात. एकमेकांकडे बघणं बंद झालंय. आता सगळेच्या सगळे मोबाईलमध्ये

डोकावत असतात. पण हे खरं चित्र आहे का? नाही. आपण मोबाईलमध्ये डोकावतो हे अर्धवट वर्णन आहे. आपण मोबाईलमध्ये नाही, मोबाईल आपल्या आयुष्यात जास्त डोकावतोय. आणि आपण माहीत असूनही दुर्लक्ष करतोय. आपण स्वतःच्या सेल्फीच्या नादात दुसऱ्याच कुणाच्या जाळ्यात अडकतो. आपल्या चेहऱ्याचा विचार करताना एका बिनचेहऱ्याच्या यंत्रणेच्या कारस्थानात अडकून जातो.

•••

आरसा दाखवणारी माणसं महत्त्वाची होती.

पण आजकाल आरसा पाहणारीच माणसं वाढत चालली आहेत.

तलवार

एका साधूची गोष्ट ऐकली होती. साधू अतिशय शांत आणि प्रामाणिक होता, प्रेमळ होता. त्यामुळे त्याच्या शिष्यांची संख्याही खूप होती. त्याला मानणारे लोक खूप होते. साधू ज्या राज्यात होता, त्या राजाला ही गोष्ट काही फार आवडत नव्हती. तो खूप दिवस साधूचा प्रभाव कसा कमी होईल याचा विचार करत होता.

एक दिवस राजा साधूकडे गेला. साधूला म्हणाला, ''मी एक महिन्यासाठी बाहेर जातोय. पण माझी एक अडचण आहे. मला माझी आवडती तलवार देण्यासारखा जबाबदार माणूस राज्यात दिसत नाही. तर, माझी अशी विनंती आहे की, ही तलवार तुम्ही तुमच्याजवळ ठेवावी.'' साधूला काहीच अडचण वाटत नव्हती. त्याने तलवार आपल्या कुटीत ठेवली. परंतु दोन-चार दिवसांत साधूला तलवारीचं कुतूहल वाटू लागलं. एकदा गमतीने साधूने ती आपल्या शिष्यांसमोर बाहेर काढली. शिष्य घाबरले. मग साधू दर्शनाला येणाऱ्या लोकांसमोर ती बाहेर काढून ठेवू लागला. लोक दचकून जायचे. साधू मग गंमत म्हणून लोकांना घाबरवू लागला. लोक पळू लागले की त्याला आनंद होऊ लागला. हळूहळू त्याच्याकडे येणाऱ्या लोकांची गर्दी कमी होऊ लागली. लवकरच साधू एकटाच उरला. एक महिन्याने राजा तलवारही घेऊन गेला. तलवारीने आपला कधी ताबा घेतला हे साधूच्या लक्षात आलं तेव्हा उशीर झाला होता.

आपल्याकडेही अशी एक तलवार दिली जाते. व्यवस्था, सत्ता नेहमी आपल्याला अशी तलवार देते. ज्याचा आपल्याला काही उपयोग नसतो. पण आपण उगाच लढाई करत असतो, लोकांना घाबरवत असतो; कुणी आपल्या वादविवादाने, कुणी आपल्या ज्ञानाने, कुणी आपल्या नोकरीने! आपण विसरून जातो की, ही तलवार कायमची नाही. आपण तलवार बाळगायची असते. तलवारीने आपल्याला बाळगायचं नसतं.

•••

मोबाईल

मोबाईलवरच्या गेममुळे आपण आळशी झालोय का, याचा विचार केला पाहिजे. मोबाईलवर खेळताना आपण जिंकत असतो. पण तो आयुष्याच्या मैदानातला पराभव असतो. पण आता मुलं वेड्यासारखे ऑनलाइन गेम खेळणाऱ्या काही लोकांना आदर्श मानू लागतात. कदाचित तुम्हांला माहीत नसेल; पण या ऑनलाइन गेम खेळणाऱ्या लोकांनी त्यांच्या व्हिडिओत आपलं नाव घ्यावं म्हणून कित्येक मुलं घरात चोऱ्या करून त्यांना पैसे पाठवतात. ज्या वयात खेळाच्या मैदानात जाऊन बाजी लावावी, देशासाठी पराक्रम करावा, असं वाटायला हवं त्या वयात मुलं गेमिंगमध्ये जिवाची बाजी लावण्याचा विचार करत आहेत. ज्या वयात मुलांनी शास्त्रज्ञ होऊन शोध लावण्याचं स्वप्न बघावं त्या वयात मुलं वायफाय हॅक करण्याचे फंडे शोधत आहेत. आणि पालक मोठ्या कौतुकाने 'नवी पिढी खूप स्मार्ट आहे' असं सांगत फिरतात. वायफायचा पासवर्ड चोरणे म्हणजे स्मार्टनेस नसतो. खूप लोकांना तर असं वाटतं, की मोबाईलमधली हिस्ट्री डिलीट करता येणं म्हणजे स्मार्टनेस! पण हिस्ट्री डिलीट करता-करता आपण आपलं फ्युचरही डिलीट करतोय, याची जाणीवसुद्धा व्हायला पाहिजे.

•••

बातमी

१८ एप्रिल १९३०. रेडिओ होता तेव्हा फक्त. बातम्या सुरू व्हायच्या आधी नेहमीप्रमाणे संगीत सुरू व्हायचं... मग बातम्या. पण १८ एप्रिल १९३०चा दिवस. त्या दिवशी बातम्या देणाऱ्याने सांगितलं की, आज एवढं काही महत्त्वाचं घडलं नाही जगात. म्हणून आज तुम्हांला देण्यासाठी कुठलीही बातमी नाही. आज तुम्ही फक्त संगीत ऐका. असं म्हणून त्यांनी रेडिओवर गाणी लावली.

बातम्यांच्या इतिहासातला तो सर्वोत्तम दिवस. माध्यमांच्या इतिहासातली ती सर्वोत्तम गोष्ट. जगात घडणाऱ्या गोष्टीएवढेच बातमी ऐकणारे, पाहणारे महत्त्वाचे आहेत. कधीतरी त्यांचाही विचार केला पाहिजे. आपण दाखवतोय ती बातमी लोकांना बघायचीच आहे असा समज असतो. लोकांना कुठली बातमी महत्त्वाची आहे, हा विचार फारसा केला जात नाही. लोकांना कधीतरी मानसिक त्रास होणार नाही, समाधान वाटेल असं काहीतरी करण्याची जबाबदारी माध्यमांची नसतेच का?

•••

अरे देवा!

जिसने इस दौर के इन्सान किये है पैदा
वो मेरा भी खुदा हो ये मुझे मंजूर नहीं

जालंधरी यांचा हा शेर. थेट देवावरच राग व्यक्त करणारा. पण असा क्षण प्रत्येक माणसाच्या आयुष्यात येतो. भोवतालची माणसं बघून निराश होतो आणि आपण असा विचार करतो. अर्थात, बाकी माणसं आपल्याकडे बघून असाच विचार करतात. पण आपण तिकडे फार लक्ष देत नाही. देवाबद्दल विचार करतो तेव्हा आपल्याला माणूस या प्राण्याचं हसू यायला लागतं. माणसं देव आपल्याकडे कामाला आहे असं समजून चालत असतात. म्हणजे, दर दोन दिवसाला देवाला काहीतरी नवीन कामगिरी सोपवत असतात. पाऊस पडणे, मूल होणे, लग्न होणे, ताप बरा होणे, चांद्रयान सुखरूप पोहोचणे अशा सगळ्या गोष्टींत देवावर जबाबदारी दिली जाते. देव गोंधळून जात असेल! काय-काय करायचं? देवाला आपण काय-काय करायचं, हा प्रश्न पडत असेल. पण जर देवाला 'आपण हे सगळं का करायचं?' हा प्रश्न पडला तर...?

आपण कुठल्या देवासमोर जायचं, त्याला काय काम सांगायचं, याला काही बंधन नाही. पण जर देवाला कोण काम सांगू शकतो हे ठरवायची वेळ आली तर...? किंवा अमुक एवढं पुण्य पदरी असेल तरच देवाला काम सांगता येईल, असं असतं तर...? असं असतं तर देव एवढा लोकप्रिय नसता. मग ती परीक्षा झाली असती. आणि आपल्याला परीक्षेचा तिटकारा येतो. कारण परीक्षेचा निकाल आपली गुणवत्ता ठरवतो... थेट. बाकी आपण खूप निराश झालो की देव परीक्षा घेतोय म्हणतो. पण देव परीक्षा घेतो तेव्हा प्रगतिपुस्तक देत नाही, आपले गुण सांगत नाही. ही एक काहीच्या काही भारी गोष्ट असते आपल्यासाठी.

कधी विचार करून बघा, देवाने आपलं रिपोर्ट कार्ड बनवलं तर...? आपल्याला ग्रेड द्यायला सुरुवात केली तर...? पास-नापास करायला सुरुवात केली तर...? भीतिदायक आहे ना? असं घडत नाही म्हणून बरं! नाहीतर अवघड झालं असतं.

देवासमोर गुंडही जाऊ शकतो आणि साधासरळ माणूसही. पण मेडिकल, इंजिनिअरिंग, आयआयटीला तशी सोय नाही. तिथे गुणवत्ता लागते. देवाकडे थेट एन्ट्री... फार फार तर रांग. त्यामुळे देव सोपी गोष्ट वाटते आपल्याला. अगदी पुढारीसुद्धा ओळख असल्याशिवाय लवकर काम करत नाहीत, भेटत नाहीत. पण आपल्याला ते मान्य आहे. अधिकारी दिवसेंदिवस भेटत नाहीत. पण आपण म्हणतो, त्यांना खूप कामं असतात. देवाचं तसं नाही.

इथेच सगळा गोंधळ आहे. आपल्याला कुणी भेटावं, कुणी काम सांगावं यावर देवाचा कंट्रोल नाही. हा सगळ्यांत मोठा घोळ आहे. माणसं या गोष्टीचा खूप गैरफायदा घेतात. माणसं स्वतःला 'देवाचा अवतार' घोषित करू लागतात. असं कसं होईल? देव सर्वशक्तिमान आहे, तर त्याला आपले अवतार पाठवायची गरज का पडेल? देव फार फार तर नोकर पाठवेल. अवतार कशाला पाठवेल? अशा कुठल्या गोष्टी आहेत, ज्या देव स्वतः करू शकत नाही, ज्यासाठी भलत्यासलत्या नावाने त्याला जन्म घ्यावा लागतो?

असल्या भोंदू अवतारांच्या नावाने होणारी फसवणूक टाळण्यासाठी आपल्याला असे प्रश्न पडले पाहिजेत. देव ही माणसाच्या कल्पनाशक्तीची सगळ्यांत उंच भरारी आहे. पण देवाच्या नावाने आपण आपली कल्पनाशक्ती बासनात बांधणार असू, विचार करण्याची शक्ती गहाण ठेवणार असू, आणि कुणीतरी भोंदू सांगेल त्या भाकड गोष्टीवर विश्वास ठेवणार असू, तर अवघड आहे. मग वाटतं देवाने परीक्षा पद्धत सुरू केली पाहिजे. प्रगतिपुस्तक दाखवायला सुरुवात केली पाहिजे.

एक खूप महत्त्वाचं वाक्य वाचलं होतं – 'एक पिढी का पाखंड अगली पिढी की परंपरा बन जाता है.' डोळे झाकून विश्वास ठेवत गेलो की असं घडत जातं. त्यामुळे देवापुढे नुसते डोळे मिटून चालत नाही. डोळे उघडे ठेवता आले पाहिजेत. देवाचं काम माणसाचे डोळे उघडणं आहे. माणसं नेमकं उलट करणार असतील तर काय फायदा?

•••

> ज्याचे भक्त आहोत त्याची फक्त आरती माहीत असून चालत नाही,
> त्याची कीर्ती माहीत असली पाहिजे.

बादशहाचा कुत्रा

एक गोष्ट आठवते. एक बादशाह होता. त्याच्याकडे त्याचा एक लाडका कुत्रा होता. जनतेपेक्षा त्याला कुत्र्याची काळजी जास्त होती. बादशाहाचा लाडका कुत्रा म्हणून जनतेचाही तो खूप लाडका होता. एक दिवस आजारी पडून कुत्रा मेला. चक्क आपल्या बादशाहाचा कुत्रा मेला म्हणून लोकांनीही शोक केला. शेवटी बादशाहाचा कुत्रा तो. कुत्र्याची भव्य अंत्ययात्रा काढली गेली. लोकांनी प्रचंड गर्दी केली. प्रत्येकाला वाटत होतं, की आपलंसुद्धा बादशहाच्या कुत्र्यावर खूप प्रेम आहे हे त्याने बघावं. म्हणून प्रत्येक जण कुत्र्याच्या अंत्ययात्रेत सहभागी झाला. लाखो लोक कुत्र्याच्या अंत्ययात्रेत सहभागी झाले.

जनतेपेक्षा कुत्र्याचे लाड करणाऱ्या बादशाहाचं काय होणार? दिवाळखोर मेंदूची दिवाळखोरी आली. थोड्याच वर्षांत बादशाह कर्जबाजारी झाला. युद्धात राज्य गेलं. एका जुन्या घरात बादशाह मेला. पण कुणाला माहीतसुद्धा झालं नाही. कुत्र्याची अंत्ययात्रा काढणाऱ्या बादशाहाच्या अंत्ययात्रेला कुत्रंसुद्धा आलं नाही.

बादशाह आत्मपरीक्षण करत नाहीत. एवढी सत्ता असते, की त्यांना तशी वेळच येत नाही किंवा गरज वाटत नाही. पण आपण आत्मपरीक्षण केलं पाहिजे. कारण एकदा आपण कुणाला आपल्या मेंदूचा राजा मानलं की आपल्यावर राज्य आलेलं असतं. आपल्यावर राज्य आलं की काय हाल होतात हे लहानपणी लपंडाव, चोर-पोलीस खेळलेल्या मुलांना सांगायची गरज नव्हती. पण आताच्या तरुण पिढीला एखाद्यावर राज्य येणं म्हणजे काय, हे कळत नाही. म्हणून सांगत राहू या.

•••

नाव ठेवायला जागा आहे!

आपला देश पारतंत्र्यात होता. इंग्रजांचं राज्य होतं, त्यामुळे दिसेल त्या गोष्टीला इंग्लंडच्या राणीचं नाव दिलं जायचं. व्हिक्टोरिया स्टेशन, व्हिक्टोरिया म्युझियम, व्हिक्टोरिया गार्डन, व्हिक्टोरिया ज्युबिली टेक्निकल इन्स्टिटयूट म्हणजे व्ही.जे.टी. आय., व्हिक्टोरिया मेमोरियल स्कूल, व्हिक्टोरिया रोड, व्हिक्टोरिया थिएटर. एवढंच नव्हे; तर घोडागाडीलासुद्धा व्हिक्टोरिया नाव होतं. पुढे आपण स्वतंत्र झालो. यातली बरीच नावं बदलली गेली. पण पुढे काय झालं?

पुढे आपल्या नेत्यांनी आपापल्या मतदारसंघात प्रत्येक गोष्टीला स्वतःची किंवा घरच्यांची नावं द्यायला सुरुवात केली. सगळीकडे तीच ती नावं. अशा वेळी पुन्हा इंग्रजांचं राज्य आहे का, असं वाटू लागतं. खरंतर चौकाला, वास्तूंना आपल्या आवडीची नावं देण्याचं स्वातंत्र्य जनतेला असायला हवं. हो ना? नाहीतर जनतेला फक्त अशा गोष्टींना नावच ठेवायचं काम करावं लागतं. म्हणून जनतेला चांगल्या अर्थाने नाव ठेवायची संधी दिली पाहिजे. शेवटी नाव मिळवून देणारी जनता असते.

•••

राजकारणातल्या घराणेशाहीबद्दल बोलताना एक आजोबा म्हणाले,
“लाडाने मांजर घरी आणल्यावर तिची पिल्लं सांभाळतोच ना आपण... तसंय!”

विकास

१७६५मध्ये नारायण सिंग नावाच्या माणसाची खंत होती, की आम्हांला आता काही मान राहिला नाही. ज्यांना साधी शी कशी धुवायची एवढीही अक्कल नाही अशा इंग्रज लोकांचे हुकूम आम्हांला ऐकावे लागतात. आज नारायण सिंह असते तर...? आपल्या देशातही लोक पाणी वापरायचं सोडून टिश्यू पेपर वापरायला लागले हे बघून काय वाटलं असतं त्यांना? त्या हडप्पामध्ये हजार वर्षांपूर्वी आपण संडासचं भांडं वापरत होतो ते सापडलंय, म्हणजे चांगलेच प्रगत होतो आपण! आणि आज 'हागणदारीमुक्त योजना', 'घरोघरी शौचालय'पर्यंत आलोय. ही प्रगती म्हणायची का?

आपल्याला गावात टँकर आला तरी आनंद होतो. खरंतर नळाला पाणी यावं हे अपेक्षित असतं. पण आपल्यावर एवढी वाईट वेळ आणली जाते, की आपण टँकर आला तरी आनंदी होतो... रस्त्यात खड्डे नसले तरी आनंदी होतो... लाईट गेली तरी आनंदी होतो! कीव यावी एवढे सहनशील झालोय आपण.

रस्त्याचे काम केले म्हणून आमदाराचे होर्डिंग लावून आभार मानले जातात. आपल्याच पैशाने आपल्या भागात काम केल्याबद्दल आभार कसले? योजना आली, मदत दिली म्हणून नेत्यांचे फोटो. का? ते त्यांचं काम आहे. शाळेत शिकवलं म्हणून शिक्षकांचे फोटो लावतात का? बँकेत कॅश दिली म्हणून कर्मचाऱ्याचे होर्डिंग लावून आभार मानतात का? मग नेत्यांचे आभार कसले? हे सगळं आपण राजकीय बळी होत चालल्याचं लक्षण आहे.

आपल्या राजकारणाच्या वेडामुळे पक्ष जास्त झालेत आणि पक्षी कमी! पण ज्या भागात पक्षी जास्त असतात तो भाग समृद्ध असतो. तिथे विकास असतो. ज्या भागात फक्त पक्षच जास्त असतात तो भाग भकास असतो.

•••

वाद

मोबाईलच्या दुकानातल्या पोरांची बॅटरी चालू आहे का नाही, हे बघण्याची एक ठरावीक पद्धत असते. ती म्हणजे ते बॅटरीला जीभ लावून बघतात. राजकीय चमच्यांची अशीच मानसिकता असते. ते कुठल्याही विषयात तोंड मारून बघतात. जोरात झटका बसला की सोडून देतात. पण एखादी बंद बॅटरी असली की तिच्याशी खेळत बसतात. कुत्र्याचीही अशीच गत असते.

कुत्रा टाकून दिलेल्या एखाद्या हाडाशी खेळत बसतो. त्यात त्याचं पोट भरणार नाही, हे त्याला माहीत असतं. पण वेळ जाण्याचं ते उत्तम साधन असल्यामुळे कुत्रा तेच हाड तासन्‌तास चघळू शकतो. स्वतःच ते हाड लपवू शकतो. त्यावर माती उडवू शकतो. पुन्हा शोधत बसू शकतो. पुन्हा चघळत बसू शकतो. कुठल्याही प्राण्याची भांडणं बघितली तर एक लक्षात येतं, त्यांना किमान माहीत असतं, की ते का भांडतात. त्यात त्यांचा काय फायदा होणार आहे? पण बऱ्याच लोकांना हेच माहीत नसतं, की ते का भांडताहेत? सोशल मीडियावर आरडाओरडा केल्याने देशाला कोणता फायदा होणार आहे?

एकच माणूस प्रत्येक वेळी बरोबर असू शकत नाही. एकच पक्ष प्रत्येक वेळी बरोबर असू शकत नाही. मग दोन्ही बाजूचे लोक असे एकमेकांवर का तुटून पडतात? दोन्ही बाजू किती फोल आहेत हे वरचेवर सिद्ध होत आलंय, तरीही राजकीय पक्षांची चमचेगिरी थांबत नाही. सगळ्या पक्षात माणसं आहेत आणि माणसं चुका करणार हा साधा नियम आहे. मोहाला बळी पडणार हे स्वाभाविक आहे.

आजकालचे पक्ष बघितले तर माकडांनी लगडलेलं झाड वाटतात. या झाडावरचं माकड त्या झाडावर गेल्यावर आपल्याला ओळखू येत नाही. ते त्याच झाडावर असेल आधीपासून असं वाटू लागतं. इतकं बेमालूम पक्षांतर होत असत आणि लोक मात्र विनाकारण गोंधळ घालत असतात.

एकूणच नेत्यांच्या चमच्यांची सगळ्यांत मोठी अडचण म्हणजे यांना गॉसीप वाचण्याची खूप आवड असते. दुर्दैवाने यांचं वाचन फक्त सोशल मीडियापुरतं मर्यादित

असतं. म्हणून यांची दृष्टी मोबाईलच्या स्क्रीनएवढीच व्यापक असते आणि मेंदू मेमरी कार्डएवढाच असतो, जो यांनी एकदा एखाद्या पक्षाची लंगोट घातली की पूर्णपणे फॉरमॅट होऊन जातो.

रस्त्यावरच्या कुत्र्याची आणखी एक सवय असते. त्याला कायम लोकांचे चपला-बूट तोंडात उचलून फिरायचं असतं. असो.

•••

पूर्वी आपल्याकडे एक पद्धत आली – जाणाऱ्याला 'जा' म्हणू नये, 'या' म्हणावं.

जाणाऱ्याने 'जातो' म्हणू नये, 'येतो' म्हणावं.

आणि मग हे लोकशाहीसाठी फार घातक झालं.

छोटे संस्थानिक

शिवाजी महाराजांनी अनेक दूरदर्शी निर्णय घेतले होते. त्यातली महत्त्वाची गोष्ट म्हणजे, त्यांनी वतनदारांना वठणीवर आणले होते. त्यांना मनमानी करायची परवानगी नव्हती. पण नंतर ती पद्धत बंद झाली.

गेल्या कित्येक वर्षांत राज्यातल्या नेतृत्वाने प्रत्येक तालुका कुणालातरी आंदण दिलाय. त्यामुळे राजकीय वतनदारी सुरू झाली, घराणेशाही मजबूत झाली. इंदिरा गांधींनी संस्थानांचे अधिकार काढून घेतले. पण राजकीय संस्थानांची मक्तेदारी सुरू झाली, जी जास्त घातक आहे. पक्ष, विचारधारा यांपेक्षा कित्येक तालुके, जिल्हे एखाद्या राजकीय घराण्याचे गुलाम बनले. हे सत्ता असलेल्या कुठल्याही पक्षात घुसून बसणारे नवे संस्थानिक इंग्रजांपेक्षा अति जुलमी बनले.

आजही कित्येक मतदारसंघात ठरावीक नेत्यांचे फोटो प्रत्येक ठिकाणी लागलेले दिसतात. त्यांच्या गाड्या आल्यावर बाकी लोकांनी गाड्या बाजूला घ्यायच्या असतात. त्यांच्यापेक्षा महागडी गाडी कुणी घ्यायची नसते. त्यांच्यापेक्षा मोठं घर बांधायचं नसतं. अशा नेत्यांच्या मतदाराने मोठा उद्योग उभा करावा ही अपेक्षा आपण ठेवणार कशी?

अशी माणसं सामान्य माणसांना मोजेनाशी होतात. गुंड, मवाली आणि खंडणीखोर लोक भोवती गोळा करतात. मग मतदारसंघातल्या सगळ्या उद्योजकांकडून हप्ते-वसुली सुरू होते. अशा वेळी मराठी माणसाची मानसिकता बनते, की कुणाच्या डोळ्यांत यायचं नाही... आपण भले आपलं काम भलं... मग गुंतवणूक नको... मोठे उद्योग नको... गाड्या नको... रिस्क नको... पर्यायाने कुठेतरी नोकरी केलेली बरी! कायम हेच सुरू राहिलं.

•••

मच्छरसुद्धा जाता-जाता डेंग्यू नाहीतर मलेरिया देऊन जातो.

पण काही नेते जनतेला काहीच देऊन जात नाहीत.

मोटिव्हेशन

मोटिव्हेशन! शब्द छान वाटतो. प्रभावी आहे. बोलणारे, लिहिणारेही प्रभावी असतात. परंतु, शेवटी ती अंधारात जाणाऱ्या माणसाला कंदिलाचं चित्र देण्यासारखी गोष्ट आहे. आपली अंधारात डोळे उघडे ठेवण्याची इच्छा नसेल तर त्याचा काही उपयोग होत नाही. आजारी असल्यावर खूप लोक फोनवर, प्रत्यक्षात सांगतात, की काळजी घ्या. आता काळजी घ्या म्हणजे काय? म्हणजे नेमकं काय करायचं? डोकं धरून बसायचं? छताकडे टक लावून बघायचं? खरंच काळजी घ्यायची म्हणजे नेमकं काय करायचं, असं सांगणारे किती असतात? फार नसतात. याचा अर्थ, काळजी घ्यायला सांगणाऱ्याचा उद्देश चुकीचा असतो असं नाही. पण लढण्याचं बळ आपलं आपल्यात असावं लागतं.

आजकाल बळेच स्वतःला प्रेरणा मिळवून घ्यायचा एक आजार झालाय. काहीही करून मला प्रेरित करा, अशी मागणी असते लोकांची. पण मुळात प्रेरणा कशाला पाहिजे? रोज आठ तास नोकरी करायला प्रेरणा कशाला पाहिजे? वजन कमी करायला प्रेरणा, वजन वाढवायला प्रेरणा, झोपायला प्रेरणा, उठायला प्रेरणा! ही प्रेरणा मिळवून घ्यायची एवढी हौस निर्माण झालीय, की जो तो प्रेरणा देत सुटलाय. प्रत्येक जण मोटिव्हेशनल स्पीकर असल्यासारखा बोलू लागलाय.

मुळात हा सगळ्यांत मोठा गोंधळ आहे. माणूस चुकांमधून जास्त शिकतो. आपण माणसासारख्या माणसाशी चारचौघासारखं बोललं पाहिजे. स्टेजवर कानाला आणि तोंडासमोर माईक लावून जगाला शहाणपण सांगण्याएवढा मोठा गुरू अजूनही कुणी झालेला नाही. प्रत्येक जण चुकत असतो, शिकत असतो. मुळात आयुष्यात गणित आहे, विज्ञान आहे, इतिहास आहे. एवढे सगळे विषय आहेत तर एकच गुरू कसा चालेल? खूप गुरू लागतील वेळोवेळी. एक गुरू असणं म्हणजे एक धर्मग्रंथ मानल्यासारखं... त्यापलीकडे जगात जे आहे ते चूक आहे असं मानल्यासारखं. आपल्याला खूप गुरू गरजेचे आहेत. आई, बाप, शिक्षक, पुस्तक, मित्र, हे सगळे वेळोवेळी गुरूच होतात. गुरू शोधायची गरज नसते. आपला आवडीचा विषय शोधायचा असतो.

रोज सकाळी लवकर उठायला पाहिजे हे आपल्याला सगळ्यांना माहिती आहे. पण आपण उठतो का? खूप अवघड असतं ते. मी अलार्म बंद करून दहा मिनिटं तरी झोपतो. शेवटी मनानेच उठतो. कधी संकोचून, कधी उशीर झाला म्हणून, कधी झोप उडाली म्हणून. पण अलार्म नाही आपल्याला झोपेतून उठवू शकत. अलार्म फार फार तर झोप मोडू शकतो आपली. जागं व्हायचं असलं तर आपलीच तयारी पाहिजे.

•••

कुठल्याही वह्या उघडून बघा. त्यात सगळ्यांत महत्त्वाचं असतं शेवटचं पान.
कारण त्यावर आपण जे लिहितो ते मनातून लिहिलेलं असतं,
कुणी लिहायला सांगितलेलं नसतं.

जंगलराज

सिंहाला आपण जंगलाचा राजा म्हणून ओळखतो. पण सिंहाचा कधी शपथविधी होत नाही. इव्हेंट होत नाही. सिंह राजा होण्यासाठी निवडणूक होत नाही. मतदान होत नाही. मग काय होत असेल? प्रत्येक क्षणी सिंहाला सिद्ध करत रहावं लागतं की तो राजा आहे. प्रत्येक प्राण्याला आपण कळपाचे प्रमुख आहोत हे सिद्ध करत रहावं लागतं. आणि हे काय फक्त ताकद दाखवून नाही. तर आपल्या लोकांची काळजी घेऊन. त्यांचं रक्षण करून.

माणसांमध्ये असं होत नाही. निवडून आला, पद मिळालं किंवा अधिकारी झाला की माणूस आपल्या लोकांची काळजी घ्यायचं सहसा विसरून जातो. त्याला फार काही सिद्ध करावं लागत नाही. काही लोक इतरांची भांडणं लावून सत्ता उपभोगतात. काही खुशमस्करी करून पदावर राहतात. काही पैसे खात आणि खाऊ घालत प्रमोशन मिळवत राहतात. आपण अत्याचारी राजवटीला जंगली राजवट म्हणतो. पण जंगलातली राजवट सहजसुलभ आहे. त्यात अन्याय नाही. कष्ट आहेत. मधमाशी बघा. कष्टच आयुष्य आहे. माकडाच्या टोळीत सुद्धा जो सगळ्यात ताकदवान तो त्यांचा नेता होतो. प्राणी सतत स्वतःला प्रूव्ह करत राहतात. पण माणसांची राजवट जंगली आहे. त्यात फक्त राजकारण आहे. स्वतः काही सिद्ध करायची गरज नाही. फक्त जात, धर्म, प्रदेश यावर भांडण लावत रहायचं आणि राज्य करायचं.

•••

प्रश्न

लहान मुलं लवकर झोपत नाहीत. कारण त्यांना खूप प्रश्न पडत असतात. बिचारे सतत आईबापाला काही ना काही विचारत असतात. आणि बरेच आईबाप मुलांनी लवकर झोपावं म्हणून 'बागुलबुवा येणार', 'भोकाडीबाबा येणार', 'बुवा येणार' म्हणून बळजबरी झोपी घालत असतात. कुणी म्हणतं, 'बुवा ये, बाळाला घेऊन जा.' आता प्रश्न पडणाऱ्या मुलांना असं भीती दाखवून शांत केलं तर तो उत्तर कसं शोधणार?

सव्वाशे कोटी लोकसंख्या असलेल्या आपल्या देशात नोबेल मिळवणारे शास्त्रज्ञ किती कमी आहेत. याला कारण हे बागुलबुवा! जे मुलांना प्रश्न पडू देत नाहीत... स्वप्न बघू देत नाहीत... थेट झोपायला लावतात. स्वप्न बघितली पाहिजेत. प्रश्न पडले पाहिजेत. पण आपल्याकडे धमकी काय? 'सो जा बेटा, नहीं तो गब्बर सिंग आयेगा.' झोपवायला गब्बर सिंग कशाला पाहिजे? खाडकन जागा करणारा गब्बर पाहिजे... स्वप्न पूर्ण करण्यासाठी डोळ्यांतली झोप उडवणारा गब्बर पाहिजे. प्रश्न विचारता आले पाहिजेत. उत्तर नंतर डोक्यात येतं. आधी प्रश्न तर डोक्यात आला पाहिजे.

गाईड वापरणाऱ्या मुलांच्या डोक्यात प्रश्न कसे येणार पण? पर्यटनस्थळीसुद्धा बघा, गाईड नेहमी ठरावीक पाठ असलेल्या गोष्टी सांगतात. त्यामुळे आपल्या डोक्यात प्रश्न तयार होत नाहीत. एक अभ्यासक्रम असल्यासारखी आपण ती माहिती ऐकत जातो. मान डोलवत राहतो. आपल्या डोक्यात प्रश्न यायच्या आधी गाईड नवीन इतिहास सुरू करतो. अर्ध्या तासात तो आपल्याला शंभर वर्षांचा इतिहास सांगत असतो. आपणही वेळेअभावी प्रश्न विचारत नाही. त्यामुळे त्या गाईडलाही आपण नवीन काही माहिती मिळवावी, आणखी अभ्यास करावा असं वाटत नाही. एकूण इतिहास आहे तिथेच राहतो... गाईड असूनही! पीएचडीचे एवढे गाईड आहेत; पण किती पीएचडी देशाच्या उपयोगात येणाऱ्या आहेत? किती नवीन प्रश्नांची उत्तरं मिळाली? किती प्रबंध अस्सल आहेत? बाकी काही नाही; पण हे प्रश्न तरी समोर आले पाहिजेत. यांची उत्तरं तरी मिळाली पाहिजेत.

•••

खेळ

लहानपणीचे खेळ आठवतात तुम्हांला? आंब्याच्या कोयी नेम धरायच्या खेळात होत्या... चिंचोके चंफूल असायचे... बाभळीच्या काट्यांचे भिरभिरे असायचे... सागरगोटे खेळले जायचे... लिंबाच्या काड्या स्टम्प व्हायच्या... वडाच्या पारंब्या झोके व्हायच्या... झाडावर सूरपारंब्या खेळल्या जायच्या... जुन्या खोडाचा मल्लखांब असायचा... शेतातल्या लिंबाच्या फांदीचा विटी-दांडू असायचा... चिपाडाची बैलगाडी बनायची... नदी आणि विहिरी स्विमिंग पूल होत्या... आपले सगळे खेळ आपल्या भोवतालच्या निसर्गात होते. लहानपणी आपली बॅट आपण बनवायचो. आता ते खेळ संपत चालले आहेत. आपले खेळ आपण बनवणं उरलं नाही. म्हणून झाडांचा, निसर्गाचा परिचय राहिला नाही. आता बॅट हवी असली, तर विराट कोहली वापरतो त्या कंपनीची घेतली जाते. आपल्याला निसर्गाची ओळख नसेल तर आपली स्वतःची नैसर्गिक शैली कशी बनणार? आपला खेळ 'नॅचरल' व्हायचा असेल तर आपलं 'नेचर'सुद्धा नेचरफ्रेंडली असलं पाहिजे. हो ना?

•••

मांजर आडवं गेलंय?

कधी न कधी आपल्या प्रत्येकाला मांजर आडवं जातंच. मग उगाच मनात विचार सुरू... पुढे जायचं का नाही? लहानपणापासून आपल्या मनात ही गोष्ट भरवलेली असते, मांजर आडवं जाणं चांगलं नाही. का? माहीत नाही. आपल्याला एखाद-दुसऱ्या वेळी विचार येतो, का चांगलं नसेल मांजर आडवं जाणं? पण उत्तर मिळत नाही. मग आपणही सोडून देतो विषय. फक्त एवढी एकच गोष्ट डोक्यात ठेवतो, मांजर आडवं जायला नको. मग मांजर आडवं गेल्यावरसुद्धा काही लोकांना परत फिरणं शक्य नसतं. त्यातल्याच कुणीतरी ठरवलं असणार, की 'बुवा दहा पावलं मागे जायचं! मग पुन्हा पुढे जायचं. काही होत नाही.' अशा काही गमतीशीर गोष्टी 'एक्स्क्यूज' म्हणून सुरू झाल्या. मग ग्रहणात जेवण्याचेसुद्धा एक्स्क्यूज आले. मुळात या आडव्या येणाऱ्या गोष्टी का आहेत?

काही देशांत मीठ सांडलं की चिमूटभर मीठ पाठीमागे टाकतात. आपल्याकडे काम न करण्यासाठी खूप कारणं असतात.

एक माहितीतले गृहस्थ पैसे द्यायचे नसले की 'आजचा दिवस शुभ नाही' असं सांगतात. पंचांग बघून चेकवर सही करणारेही खूप लोक आहेत.

एक दिग्दर्शक काच फुटलेली शुभ असते म्हणून उगाच अधूनमधून ग्लास फोडत असतो.

दिवा लावताना लोकांची धडपड बघायची, चुकून दिवा विझू नये म्हणून! खरंतर वाऱ्याच्या मनात कधी कुणाचं वाईट करावं असं येईल का? पण आपण अस्वस्थ होतो दिवा विझला की!

वेगवेगळ्या ठिकाणी वेगवेगळ्या पक्ष्यांचे आवाज अशुभ मानले जातात. कुठे घुबडाचा आवाज अशुभ... कुठे कावळ्याचा... कुठे टिटवीचा. आता टिटवी बिचारी आधीच स्वतः असुरक्षित! एके ठिकाणी वाचलं होतं की, टिटवीला कुणाची चाहूल लागली की विशिष्ट आवाज करते तो तिच्या पिल्लांच्या रक्षणासाठी. कारण ती आपली

अंडी जमिनीवरच घालते, घरट्यात नाही. म्हणून ती घाबरून असते आणि कुणी जवळ येतंय असं जाणवलं की ओरडू लागते. म्हणजे, ती लोकांना घाबरते आणि लोक तिला घाबरतात.

अंधश्रद्धा अशा असतात. उगीच एकमेकांना घाबरत राहणे. सापाने माणसाला घाबरणे... माणसाने सापाला घाबरणे. उचकी आली, शिंक आली किंवा डोळा फडफडला तरी त्याला काहीतरी कारण. बऱ्याचदा काम न करण्यासाठीची कारणं म्हणून लोकांनी या प्रथा जास्त मन लावून जपल्या. तत्काळ कामाला सुरुवात केली पाहिजे; अशा प्रथा आपण फार मनावर घेत नाही. तहान लागल्यावर विहीर खोदण्याची आपली वृत्ती कायम राहते.

खरंतर झाडं तोडू नयेत अशी आपली श्रद्धा आहे. पण ती आपण फार मनावर घेत नाही. शिंक आली की 'गॉड ब्लेस' म्हणतात, हात जोडतात देवाला. खरं कारण काय? तर, शिंक येते तेव्हा श्वसन बंद पडल्यासारखी अवस्था झालेली असते... गेल्यात जमा! पुन्हा सगळं पूर्ववत होतं म्हणून लोक 'गॉड ब्लेस' म्हणतात म्हणे. हरकत नाही.

पुस्तकाला, वहीला पाय लागू नये म्हणतात. पाय लागला की पाया पडावं. आता ही किती चांगली गोष्ट आहे. अशा गोष्टी जपल्याच पाहिजेत. पण पुस्तक आता हातालाच लागत नाही तर पायाला कधी लागणार?

श्रद्धेला आपण सोयीस्कररीत्या वापरू लागलो की ती अंधश्रद्धा होऊ लागते. उपवासाला एक जण दारू पितो, मांसाहार करत नाही. आता हा काही उपवास नाही. हे एक्स्क्यूज झालं. आणि आपल्याला लहानपणी सांगितल्या गेलेल्या सुंदर गोष्टी विसरून आपण आडव्या गेलेल्या मांजराला भीत राहणं तर भयंकरच! ते मांजर किती गोड दिसतंय, हा विचार आपल्या मनात यायला हवा. ते सुखरूप रस्ता क्रॉस करू शकेल ना, ही गोष्ट मनात यायला हवी. उगाच मनात भीती बसवणाऱ्या अशा काही गोष्टी आपण पुढच्या पिढीला सांगायचं टाळलं पाहिजे.

•••

दिल्लीत मुजरा...

मराठी नेत्यांच्या बाबतीत असं का होतं? अण्णा हजारे देशातल्या सगळ्यांत मोठ्या आंदोलनाचे एकहाती नेतृत्व करतात. त्यातून किरण बेदी राज्यपाल होतात. व्ही. के. सिंग केंद्रीय मंत्री होतात. अरविंद केजरीवाल दिल्लीचे मुख्यमंत्री होतात.

खरंतर आज दिल्लीत अण्णांचा शब्द अंतिम असता; पण अण्णा एकटे पडले. अर्थात, कारण अण्णाही होते. काँग्रेसची सत्ता जायला एक महत्त्वाचे कारण असलेले अण्णा हजारे गेल्या काही वर्षांत अगदीच एकाकी वाटताहेत.

रामदास आठवले यांना खूप संधी मिळत गेल्या, तरी राजकीय ताकद वाढत नाही. एकटा तेजस्वी यादव बिहारमध्ये बीजेपी आणि नितीश कुमार यांच्या विरोधात लढून सगळ्यांत जास्त आमदार निवडून आणतो. जगमोहन रेड्डी आंध्रात एकहाती सत्ता खेचून आणतो. पण, या सगळ्यांपेक्षा जास्त गुणवत्ता आणि प्रभाव असूनही राज ठाकरे यांना हा करिश्मा करता येत नाही. देवेंद्र फडणवीस, राज ठाकरे, उद्धव ठाकरे असोत किंवा शरद पवार; महाराष्ट्र यांपैकी कुणालाही एकहाती बहुमत देत नाही हे कशाचे लक्षण आहे? नेत्यांचा दोष आहे का जनतेचा? का आपण खूप गटातटात वाटले गेलोय? अगदी पेशवाईच्या काळात दिल्लीवर राज्य करायची वेळ आली होती तेव्हाही गटतट होतेच.

कन्हैया कुमार, चंद्रशेखर रावण, तेजस्वी यादव, तेजस्वी सूर्या अशा तुलनेने नवख्या नावांनी देशभर आपलं अस्तित्व निर्माण केलंय. मोहुआ मोईत्रा, लडाखचे खासदार नामग्याल यांची गाजलेली भाषणं... स्मृती इराणीसारख्यांची आक्रमकता... या सगळ्यांत मराठी नेतृत्व कुठे आहे याचं आत्मपरीक्षण केलं पाहिजे.

सचिन तेंडुलकरने खासदारकी गांभीर्याने घेतली असती तर तो सहज राष्ट्रीय नेता बनला असता. शिवाजी पार्कवर खेळलेल्या सचिनला राजकारण फार अवघड गोष्ट ठरली नसती. पण स्थिरस्थावर झालेल्या मराठी माणसांना राजकारण नको वाटतं. लोकप्रियतेच्या शिखरावर असणारी माणसं तर असेल त्या सत्तेशी जवळीक ठेवण्यातच

धन्यता मानतात. अभ्यास, संघटन आणि समयसूचकता असूनही मराठी नेतृत्व देशव्यापी का होत नाही?

आपण दर पाच वर्षाला दिल्लीत किती खासदार पाठवतो आणि त्यांचं राज्यासाठी योगदान काय? कित्येक वर्षांपासून काही मोजके अपवाद सोडले तर मराठी नेतृत्वाने निराशा केलीय. त्यात दिल्लीला आपण जास्त निष्ठावंत आहोत हे दाखवण्याची स्पर्धा हे मुख्य कारण आहे. त्यामुळे बरेच लोक गुणवत्ता असूनही आपसातल्या स्पर्धेत अडकून राहिले. या निष्ठेच्या प्रदर्शनाची किळस येत असते; पण हायकमांडची हुजरेगिरी थांबत नाही. आपापल्या मतदारसंघात दरारा असणारे कित्येक नेते, पदाधिकारी दिल्लीत ताटाखालचे मांजर का होतात? हे खूप काळापासून अस्वस्थ करणारे चित्र आपण बघत आलोय. सत्ता बदलते; पण त्यात बदल होत नाही. आपल्या स्वार्थापलीकडे आणि दिल्लीला खूश करण्यापलीकडे व्हिजन नसलेले अनेक नेते वारंवार दिसतात आणि चीड आणतात. या विषयावर 'गल्लीत गोंधळ दिल्लीत मुजरा' चित्रपटात एक गाणं लिहिलं होतं –

सरकार एवढं जरा
तुम्ही मन लावून करा
फायलीवानी चाळू नका
मला टेंडरवानी धरा...
गल्लीत घाला गोंधळ
दिल्लीत मुजरा करा

विझवा दिवा आता बघा
रात झाली कवाची
लावा ओठांवर माझ्या
लाली लाल दिव्याची
भूखंड हाये मी मोक्याचा
तुम्ही लगीच नावं करा
गल्लीत घाला गोंधळ
दिल्लीत मुजरा करा

दोघांशिवाय नाही कुणी
गाजवा की हो सत्ता
लोडशेडींगच्या काळोखात
नाही लागायचा पत्ता
फायलीवानी चाळू नका
मला टेंडरवानी धरा...
गल्लीत घाला गोंधळ
दिल्लीत मुजरा करा

•••

शब्द गेले कुठे?

काळासोबत शब्द बाद होतात. रांजण, पाटी, काठवड, चुंबळ, दुरडी, वटकन, रॉकेलची चिमणी असे कितीतरी शब्द नामशेष होत चालले आहेत. एक मोबाईल आला आणि कितीतरी वस्तू नष्ट झाल्या. पत्र लिहिणं कमी झालं. मायना गेला. ताजा कलम गेला. सप्रेम नमस्कार, साष्टांग नमस्कार बाद झाले. पोळीचे डबे आले. दुरडी गेली. स्टोव्ह गेला. पिन गेली. बर्नर गेलं. रॉकेल गेलं. तो छोटा पंप आणि वायसर गेलं. खेळातला धप्पा गेल्यात जमाय. 'टाईम प्लीज' विसरत चाललोय. साध्या गोट्या खेळायचो त्यात किती शब्द होते – बिल्लास, गल, कचकडी, टीचरी, बिन्नी. गोष्टी बदलतात. यंत्र येतात. येऊ नयेत असं नाही. पण एकदम एवढे शब्द बाद होतात आणि आपल्याला जाणीवही होत नाही. नव्या यंत्रासोबत, खेळासोबत नवीन शब्द आले असते तर काही वाटलं नसतं. पण नवीन खेळ, व्हिडिओ गेम कोणते मराठी शब्द घेऊन येतात? फक्त नवे इंग्लिश शब्द येतात. कारण ते शोध आपले नसतात. आपण निमूटपणे इंग्लिश शब्द स्वीकारत जातो. इमोजी, लाईक, फीड, टाईमलाइन, स्क्रोल... आभासी जगात सगळं परकं. आपण शोध लावले पाहिजेत, आपली भाषा कोणती हे शोधायची वेळ येऊ नये असं वाटत असेल तर! आणि तरच आपली भाषा टिकेल... तरच पुढची पिढी आपली भाषा शिकेल.

•••

देवालाही चश्मा आहे का?

शाळेत शिकणाऱ्या एका मुलाची गोष्ट. सातवी-आठवीतच त्याला मातीतून किल्ले, बाहुल्या, पुतळे बनवायचा नाद लागला. बघावं तेव्हा आपला मुलगा मातीत खेळतो हे बघून आईवडील वैतागून गेले होते. त्याचे मातीने भरलेले हात वही-पुस्तक घेण्यासाठी कसे उत्सुक होतील, हा त्यांचा प्रयत्न! पण मुलात बदल होत नव्हता. आईवडील त्याला नेहमी रागवायचे... टाकून बोलायचे... अपमान करायचे. मुलाला मातीतच करिअर दिसत होतं. पण आईवडील म्हणायचे, 'सारखा मातीत खेळत बसतो. तुझ्या करिअरची माती होईल...' वगैरे.

एक दिवस वैतागून मुलाने आत्महत्या केली. एक चिठ्ठी लिहून ठेवली. त्यात लिहिलं होतं – 'मी आजोबाकडे चाललोय... स्वर्गात. फक्त त्यांनाच माझ्या मातीच्या खेळण्याचं कौतुक होतं. तिकडेच जातो. निदान ते तरी शाबासकी देतील!'

आजोबांची शाबासकी मिळवण्यासाठी त्याने किती टोकाचं पाऊल उचललं होतं. अशा वेळी वाटतं देवाला हे दिसत नसेल का? त्यालाही दूरचा चश्मा आहे का? पण कधी-कधी वाटतं खरे देव तर आजी-आजोबा असतात घरात. ज्या घरात आजी-आजोबा असतात त्या घरातल्या मुलांना खरंच एक मोठा आधार असतो. हमखास कौतुक करणारं माणूस असतं. आजी-आजोबा आणि नातवांचं नातं सगळ्यांत खास आणि मजेशीर असतं. साठी ओलांडल्यावर माणूस पुन्हा मनाने लहान होत असतो. आणि त्याची नातवांशी छान ट्युनिंग जुळू लागते.

देवाघरी गेलेल्या आजोबांवर एका सिनेमासाठी गाणं लिहिलं होतं –

आजोबांनी जाण्यासारखं देवाघरी असतं काय?
एवढ्या लांबून त्यांना आमचं घर तरी दिसतं काय?
देवाघरी त्यांना तिथे कोण भेटत असेल?
देव बोलत नाही म्हणून एकटं वाटत असेल.
त्यांच्यासारखं फनी देवा तुला सुचतं काय?

मला म्हणतात डँबीस; पण आजोबाही सेम आहेत.
बसले असतील लपून नक्की त्यांचे फेवरेट गेम आहेत.
पण लाडक्या नातवावर असं कुणी रुसतं काय?
आजोबांनी जाण्यासारखं देवाघरी असतं काय?
एवढ्या लांबून त्यांना आमचं घर तरी दिसतं काय?
आजोबांनी जाण्यासारखं देवाघरी असतं काय?
एवढ्या लांबून त्यांना आमचं घर तरी दिसतं काय?

देवालाही चश्मा आहे का, सांगा मला कुणी.
मग का दिसेना त्याला, माझ्या डोळ्यांमधलं पाणी.
मी एवढं रडल्यावर त्याला ऐकू गेलं नसेल काय?

नाहीतर जाऊ द्या आजोबा, येता-येता थकाल तुम्ही.
अंधारात कुठेतरी उगीच वाट चुकाल तुम्ही.
मीच येतो देवाघरी, बघतो तुम्ही भेटताय काय.
आजोबांनी जाण्यासारखं देवाघरी असतं काय?
एवढ्या लांबून त्यांना आमचं घर तरी दिसतं काय?

•••

काय बोलता?

आपण एके काळी कसं बोलायचो? बायका 'कुंकू संपलं' तर तसं न म्हणता 'कुंकू वाढलं' म्हणायच्या. बांगडी पिचली तर 'ती वाढली' म्हणायच्या. 'नारळ फोडला' असं न म्हणता आपण 'नारळ वाढवला' म्हणायचो. एखाद्या माणसाला कामावरून काढून टाकलं तरी त्याला 'श्रीफळ दिलं' म्हणायचे. तुळशीचं झाड सुकून गेलं तर आपण 'तुळस द्वारकेला गेली' म्हणायचो.

पण... अचानक आपली भाषा बदलू लागली... हिंसक झाली. म्हणजे आधी हिंसक नव्हती, असं नाही. होती; पण त्यात एक अस्सलपण होतं... जोर होता. पण इंग्लिशच्या प्रभावाने आपण आपल्या भाषेतला जोर हरवून बसलो. सोशल मीडियामुळे तर परिस्थिती आणखी भयानक झाली. शिव्यांचे शॉर्टफॉर्म आले. आता शिव्यासुद्धा मनसोक्त देण्याची इच्छा नसेल तर काय होणार? त्यातसुद्धा कद्रूपणा. मराठीत शिव्या खूप आहेत आणि क्रिएटीव्हही आहेत. पण इंग्लिशमध्ये शिव्या देणं आपल्याला खूप प्रेस्टीजचं लक्षण वाटतं. पण मनापासून विचार करा... इंग्लिशमध्ये शिवीचा कुठलाही उद्देश साध्य होत नाही. मुळात बऱ्याचदा ती समोरच्याला शिवीही वाटत नाही. इडियट, मोरॉन, बिच, होपलेस या शब्दांमध्ये तर आपल्याला काहीच आक्षेप वाटत नाही. जर मूळ उद्देशच साध्य होत नसेल तर ते शब्द वापरण्यात काय मजा? बऱ्याचदा लोक 'लघवीला जायचंय' असं म्हणत नाहीत, 'वॉशरूमला जायचंय' म्हणतात. किंवा ''लू'ला जायचंय' म्हणे. मग ते खूपच हास्यास्पद वाटतं. त्यापेक्षा सरळ करंगळी वर करायची. ते जास्त भारी! शिव्या देतानाही आपल्या भाषेची लाज वाटणं हे भाषेचा शेवटाकडे प्रवास सुरू झाल्याचं लक्षण असतं.

•••

वादी

राममनोहर लोहिया म्हणाले होते, 'मी मार्क्सवादी नाही किंवा मार्क्सवादाचा विरोधकही नाही. तसाच मी गांधीवादी नाही की गांधीवादाचा विरोधकही नाही. स्वतः मार्क्स किंवा गांधी कुठे मार्क्सवादी किंवा गांधीवादी होते?' हा विचारच खूप भन्नाट आहे. आपण उगाचच कुठले तरी वादी होऊन जातो. आपला आणि लोकांचा वेळ वाया घालवतो. त्यापेक्षा आपण संवादी असलो तरी खूप आहे. संवाद साधला पाहिजे. समजून घेतलं पाहिजे. जात धर्म वाद तर आणखी त्रासदायक. इंग्रजीत एक छान वाक्य आहे, प्रार्थना संपल्यावर तुम्ही जे करता तो तुमचा धर्म असतो.

दिलासा

एक गोष्ट ऐकली होती.

एकदा प्रवासात एका माणसाचं डोकं दुखू लागलं. एवढं, की त्याला रडू येऊ लागलं. गाडीत कुणी डॉक्टर नव्हता. प्रवाशांना काय करावं कळत नव्हतं. अचानक एका प्रवाशाने त्याला एक गोळी दिली आणि म्हणाला, ''ही तोंडात ठेवून चघळत राहा. फक्त गिळू नका, नाहीतर आणखी त्रास वाढेल. बरं वाटलं की गोळी थुंकून टाका.'' बिचारा डोकं दुखत असलेला माणूस निमूटपणे ती गोळी तोंडात टाकून चघळत राहिला. त्याचा बसथांबा आला, तो उतरला. गोळी थुंकण्याऐवजी कुतूहल म्हणून गोळी बघितली तर ते शर्टचं बटन होतं. ते चघळूनही त्याला काही वेळ बरं वाटू लागलं होतं. ही मनाची समजूत असते. प्लासिबो इफेक्ट असाच काहीसा असतो. फक्त आपल्यावर उपचार चालू आहेत या भावनेनेच अनेक पेशंट्सना बरं वाटू लागतं. अनेकांना डॉक्टरांशी बोललं तरी बरं वाटतं. खूपदा आपल्याला फक्त आधार हवा असतो... दिलासा देणारे चार शब्द पुरेसे असतात. तेवढं आपण एकमेकांसाठी नक्की करू शकतो. डॉक्टरचीच गरज नसते दर वेळी.

•••

हा कुणाचा पुतळा?

एक जुनी गोष्ट आहे –
एका बादशाहाच्या बागेत खूप पुतळे उभारलेले होते. त्याच्याकडे परदेशातून एक पाहुणा आला. तो पाहुणा बादशाहासोबत सगळे पुतळे बारकाईने बघत होता. प्रत्येक पुतळा पाहताना, ''हा पुतळा कुणाचा?'' हेसुद्धा विचारत होता. त्यांचं नाव, गाव, त्यांनी काय केलं अशी सगळी माहिती घेत होता. शेवटी सगळे पुतळे बघून झाल्यावर तो बादशाहाला म्हणाला, ''इथं एवढे पुतळे आहेत; मग तुमचा पुतळा का दिसत नाही?'' बादशाहा म्हणाला, ''माझा पुतळा मीच उभारावा आणि पुढच्या पिढ्यांनी 'हा कुणाचा पुतळा?' म्हणून विचारावं यात काही मजा नाही. त्यापेक्षा तो उभारलाच नाही, तर किमान लोक 'बादशाहाचा पुतळा का नाही?' असं तरी विचारतील. स्वतःच स्वतःचे पुतळे बनवण्यापेक्षा, लोकांच्या मनात घर करणारी माणसं जास्त लक्षात राहतात. पण नेमकं उलट घडताना दिसतं.

जिवंतपणी स्वतःला अजरामर करायला झटत असतात लोक. त्यांना वाटतं जग आपल्याला हजारो वर्षं लक्षात ठेवेल. पण त्या नादात जगाने लक्षात ठेवावी अशी कामगिरी करायची राहून जाते त्यांची, आणि स्मारकांची गर्दी सुरू होते. 'उद्घाटन', 'पायाभरणी' असे बोर्ड जास्त दिसतात. पैसा कमावणं सुरू होतं. ठेकेदाराचं घर भरणारी वास्तू जगाच्या मनात भरत नाही. पुढारी असं वागतातच; पण सामान्य माणसंही घर बनवायला आयुष्य घालवतात.

पक्षी घरटी बनवतात तेव्हा आपण फार लक्ष देत नाही. पण पक्षी घरटी बनवतात तेव्हा गाणी म्हणत असतात... आनंदात बागडत असतात. आणि त्यांना घर काही काळासाठी हवं असतं. म्हणून पक्ष्यांच्या घरट्यावर बोर्ड नसतात, नावं नसतात. माणसं आपल्या घराच्या दारावर अशी नावं टाकतात जणू ती पिढ्यान्‌पिढ्या राहणार आहेत. परंतु दारावरची पाटी दुसरी पिढी आली की बदलते. मूळ मालक विसरला जातो. मुलाच्या, नातवाच्या नावाने घर ओळखलं जाऊं लागतं. तसंच होणार असतं.

पण तुम्हांला आठवतंय? गावी अंगणात किंवा शेतात आजीने झाड लावलेलं असेल तर पिढ्यान्‌पिढ्या ते तिच्याच नावाने ओळखलं जातं. मामाने लावलेलं आंब्याचं झाड, मावशीने लावलेलं शेवग्याचं झाड, आजोबाने लावलेला वड. अशी झाडांची ओळख असते. चार भिंतींमुळे नाही; पण झाडामुळे तुमची ओळख नक्की राहते. घराचा मूळ मालक कुठल्यातरी कपाटातल्या फायलीत खरेदी खतावर किंवा नोंदणी कागदावर उरतो. जो कागद घर विकायची वेळ आली तरच पाहिला जातो; नाहीतर कुणी बघत नाही.

•••

कागद

कागदाचा शोध कसा लागला याच्या अनेक कथा आहेत. पण त्यातली एक फार उत्तम आहे.

एका माणसाला लिहायला सतत अडचण यायची. शाई पसरायची. पानं सुकायची. एक दिवस तो बायकोसमोर बसला होता. ती भाकरीसाठी पीठ मळत होती. पिठात पाणी मिसळून छान भाकरी होताना त्या माणसाच्या डोक्यात आलं, की अशीच झाडाची पानं आणि साली यांचा लगदा पडलाय झाडाखाली. त्याचासुद्धा पिठासारखा गोळा केला आणि भाकरीसारखा पातळ केला तर त्यावर लिहिता येईल. भाकरीकडे बघत-बघत त्याला कागद बनवायची कल्पना सुचली आणि त्याने ती प्रत्यक्षात आणलीदेखील! कागद ज्ञान मिळवायची सुरुवात, तर भाकरी पोट भरण्यासाठी आवश्यक. ज्ञानाचं आणि भुकेचं असं जुनं नातं आहे. ज्ञानाची भूक यशाचा मार्ग दाखवते.

गांधीजी आणि आपला चश्मा

गांधीजींच्या बाबतीत आपला सगळ्यांत मोठा गोंधळ म्हणजे, आपण नेहमी त्यांना कुणाच्या तरी चश्म्यातून पाहतो. सगळ्या जगात ज्या माणसाचा चश्मा ओळखीचा आहे, किंवा 'स्वच्छ भारत'साठीसुद्धा आपल्या सरकारला ज्यांचा चश्माच महत्त्वाचा वाटला, असे गांधीजी मात्र बहुतेक वेळा इतरांच्या चश्म्यातून पाहिले जातात.

गांधीजी भन्नाट वाटतात, जेव्हा आपण त्यांना आपल्या चश्म्याने पाहू लागतो. आपल्याला राजकीय भूमिकेची गरज नाही. माणूस म्हणून त्यांना बघता आलं पाहिजे. या देशात सगळ्यांत आधी कुष्ठरोग्यांची सेवा सुरू करणारी जी दोन-तीन माणसं आहेत त्यातले महात्मा गांधी; तेसुद्धा स्वतःच्या हाताने जखमा धुऊन सेवा करणारे! ज्या काळात कुष्ठरोगाचं नाव ऐकूनच लोक घाबरायचे, त्या काळात गांधीजींचं हे धाडस होतं. मुळात गांधीजींची सगळ्यांत चांगली सवय होती ती इतरांपेक्षा स्वतःच्या चुका बघायची. गांधीजींकडून सगळ्यांत जास्त शिकण्यासारखी गोष्ट ही आहे. त्यांनी फार कमी वेळा लोकांना दोष दिलाय. लोकांचे दोष दाखवलेत. ते सतत स्वतःच्या चुका शोधत राहिले. आणि स्वतःच्या चुकांसाठी ते शब्द वापरायचे, 'हिमालयाएवढी घोडचूक'! असं मानलं जातं की, 'हिमालयाएवढी घोडचूक' हा शब्द मुळात गांधींचा. त्यांच्यामुळे वापरात आला.

कस्तुरबा या महात्मा गांधीसोबत सावलीसारख्या राहिल्या. गांधीजी हजारो लोकांच्या पत्राद्वारे संपर्कात होते. बऱ्याच पत्रांची उत्तरं ते स्वतः पाठवायचे. कस्तुरबांवर फार लिहायची वेळ यायची नाही. त्यांचं हस्ताक्षर फार बरं नव्हतं. त्या लिहायच्या तेसुद्धा एकेक अक्षर स्वतंत्र. म्हणून गांधीजी आणि आश्रमातले इतर लोकसुद्धा त्यांना सतत लिहायचा सराव करायचा आग्रह करायचे.

एकदा कस्तुरबांनी ते मनावर घेतलं आणि आपलं हस्ताक्षर सुधारायला वही मागितली. परंतु गांधीजींनी त्यांना काही रफ कागद दिले. हा गांधीजींचा स्वभाव होता. कुठलीही गोष्ट काटकसरीने वापरायची त्यांची सवय. तर, सवयीप्रमाणे त्यांनी हस्ताक्षर सुधारायला आधी वही न देता कस्तुरबांना रफ कागद दिले. ही गोष्ट कस्तुरबांच्या

खूप मनाला लागली. त्यांनी ती वही तशीच गांधीजींच्या कचेरीत ठेवून दिली. बऱ्याच लोकांनी त्यांना वही देऊ केली; पण त्यांनी ऐकलं नाही. अगदी गांधीजींनाही आपल्या चुकीची जाणीव झाली आणि त्यांनी स्वतः कस्तुरबांना नवी वही देऊ केली; पण त्यांनी ती घेतली नाही.

गोष्ट अगदी साधी आहे; पण समजून घेण्यासारखी आहे. गांधीजींच्या मोठेपणाचे श्रेय बऱ्याच गोष्टींना दिले जाते. पण सगळ्यांत महत्त्वाची गोष्ट होत्या कस्तुरबा... त्यांनी दिलेली साथ. कस्तुरबांमुळे गांधीजी 'माणूस' राहिले. कुणी 'महात्मा' म्हणालं की गांधीजी ओशाळून जायचे. महात्मापण त्यांच्या डोक्यात कधीच शिरलं नाही. कारण अगदी चारचौघांसारखा संसार त्यांनी केला. मुलाने ऐकलं नाही. भांडण केलं. या सगळ्या गोष्टी गांधी नावाचा माणूस चारचौघांसारखा होता हे सांगणाऱ्या आहेत. पण वेगळेपण हे आहे की, त्यांनी या गोष्टी कधी जगापासून लपवून ठेवल्या नाही.

सुरुवातीला गांधीजींना अंधाराची भीती वाटायची, सापाची भीती वाटायची. दिवा असल्याशिवाय ते झोपू शकायचे नाहीत. पण यातल्या कुठल्याच गोष्टीला कस्तुरबा भ्यायच्या नाहीत. त्यातून गांधीजींना आपल्या देशातल्या स्त्रिया किती कणखर आणि धाडसी आहेत याची जाणीव झाली आणि मिठाच्या सत्याग्रहापासून पहिल्यांदा या देशाच्या स्वातंत्र्य चळवळीत बायका सहभागी व्हायला सुरुवात झाली.

गांधीजींना आपल्या चश्म्यातून पाहायला लागलो की राजकारण आपोआप बाजूला पडतं. आणि एकदा राजकारण बाजूला झालं की माणूस म्हणून गांधीजींकडून शिकण्यासारख्या असंख्य गोष्टी आहेत, याची आपल्याला जाणीव व्हायला लागते. मग आइनस्टाइन, नेल्सन मंडेला, बराक ओबामा यांच्यासारखी माणसं गांधीजींना एवढा आदर का देतात, हे समजायला लागतं. मला गांधीजींची सगळ्यांत आवडणारी गोष्ट सांगतो.

एकदा गांधीजींना एका इंग्रज अधिकाऱ्याने पत्र पाठवलं होतं. पत्रात खरमरीत भाषेत गांधीजींवर टीका केली होती. गांधीजींच्या साहाय्यकाची इच्छा होती, की गांधीजींनीसुद्धा तशाच भाषेत त्याला प्रत्युत्तर द्यावं. गांधीजींनी मात्र त्या दोन-तीन पानी पत्रातली टाचणी तेवढी काढून घेतली आणि पत्र टाकून दिलं. साहाय्यक निराश झाला. गांधीजींना म्हणाला, ''तुम्ही त्याला उत्तर द्यायला पाहिजे होतं. तुम्ही फक्त टाचणी घेतली.'' गांधीजी म्हणाले, ''त्यात तेवढीच एक गोष्ट ठेवण्यासारखी होती. बाकी सगळं टाकाऊ होतं.'' एवढ्या शांतपणे गांधीजी गोष्टी स्वीकारायचे... समजून सांगायचे. हे आपल्यालाही जमलं पाहिजे असं वाटतं. कारण, काय घ्यायचं आणि काय

टाकून द्यायचं हेच तर आयुष्याचं गणित सोडवण्याचं रहस्य आहे. आपण नको त्या गोष्टीत किती वेळ आणि ऊर्जा वाया घालवतो.

ट्रेन सुटली तरी आपली गाडी पुन्हा रुळावर येऊ शकते, आणि जगावर प्रभाव टाकू शकते, हे गांधीजींनी सिद्ध करून दाखवलं. म्हणून एखाद-दुसरी ट्रेन सुटली की हताश होणाऱ्या आपल्यासारख्या माणसांनी गांधीजी आपल्या नजरेने बघितले पाहिजेत; राजकारण्यांच्या नाही. कारण त्यांचा वाचायचा, पाहायचा, लिहायचा आणि बोलायचा चश्मासुद्धा वेगळा असतो. बाकी जगात असे फार कमी देश आहेत जिथे गांधीजींचा पुतळा नाही. गांधीजी जगाला एका साध्या सत्यासाठी आवडतात. खरं बोलण्याची ताकद केवढी मोठी असते! आपल्याला जमायला पाहिजे.

•••

भक्ती

असं म्हणतात की, भक्ती वास्तूत प्रवेश करते तेव्हा त्या वास्तूचं मंदिर होतं. परंतु राजकीय भक्ती जर का एखाद्या वास्तूत शिरली, तर त्या घराचे वासे फिरलेच म्हणून समजायचं. ते घर फुटलं म्हणून समजायचं.

कुटुंबाला जोडणारा देव असतो, पण भावाभावांमध्ये वैर निर्माण करणारं राजकारण असतं. भक्ती एखाद्या कार्यात प्रवेश करते तेव्हा त्या कार्याची सेवा होते. परंतु राजकीय भक्ती एखाद्या कामात शिरली की त्या कामाचं वाटोळं होतं.

लढायचं म्हणजे काय?

एक छान गोष्ट ऐकली होती.

एका गुरूने आपल्या शिष्यांना प्रश्न विचारला. समजा तू आणि तुझा मित्र जंगलातून चाललाय. रात्रीची वेळ आहे. तुमच्या जवळ एक टॉर्च सोडला तर बाकी काहीच नाही. आणि अचानक तुमच्या समोर वाघ येऊन उभा राहिला.तर तुम्ही दोघं काय कराल?

गुरूला वाटलं दोन्ही शिष्य म्हणतील, काय करणार? वाघ समोर असला म्हणजे मरणच. तरी आम्ही दोघं मिळून वाघाशी लढाई करू.

पण एक शिष्य म्हणाला, काही नाही, जेवढा अंगात दम असेल तेवढे जोरात पळत सुटू!

गुरु म्हणाले, अरे कितीही जोरात पळालात तरी वाघ तुम्हाला गाठणारच.

गुरूने दुसऱ्या शिष्याला विचारलं, वाघ समोर आल्यावर तू काय करशील? का तुही पळत सुटणार? दुसरा शिष्य म्हणाला, हो.

गुरु पुन्हा म्हणाले, अरे किती जोरात पळणार? वाघ शेवटी पकडणारच. तू तरी लढायचा विचार केला पाहिजे. पळायचा नाही.

दुसरा शिष्य म्हणाला, पळण्याचा पर्याय सोपा आहे. फक्त आपण दुसऱ्यापेक्षा जोरात पळायचं. म्हणजे वाघानी एकदा का त्याला गाठलं की मी सुटलो ना गुरुजी.

गुरुजी उत्तर ऐकून हैराण होतात. पण असं उत्तर दिलं नाहीतरी अगदी असाच विचार करणारे लोक होत चाललोय आपण. आपल्या भोवती पण खुपजण लढण्यापेक्षा पळण्याचाच विचार करतात. फार थोडे लोक लढायला तयार असतात. आता लढायचं म्हणजे तलवारच चालवायची असते असं काही नाही. पण खंबीरपणे उभं राहता आलं पाहिजे. नाही म्हणता आलं पाहिजे.

आपण रस्त्यात खड्डे आहेत म्हणतो. पण कधी तक्रार करतो का? आपण वाहतुकीबद्दल बोलतो. आपण टोलबद्दल बोलतो. आपल्यातले बरेच लोक याबद्दल सोशल मिडीयावर लिहितात. पण आपल्यापैकी किती लोकांनी योग्य ठिकाणी तक्रार

केलीये? आपण कितीवेळा महानगरपालिकेत, नगरपालिकेत, ग्रामपंचायतीत जाऊन एखाद्या गोष्टीची तक्रार केलीय? ऑनलाईन तक्रार करता येते. ते तरी केलंय का?

लाईट गेली की निराश होणारे आपण, कधी शिवीगाळ करणारे आपण. पण आपण कितीवेळा तक्रार केलीये? एखाद्या कार्यालयात काम उशिरा होत असेल तर आपण विनवणी करतो. अधिकारी जागेवर नसेल तर वाट पाहतो किंवा नंतर परत येतो. पण तक्रार करत नाही. तक्रार झाली नाही की व्यवस्थेतले लोक आणखी मुजोर बनतात. आपण फक्त मला काय त्याचं? माझं काम झालं म्हणजे झालं हा विचार करत राहतो. वाघ आला तरी फक्त आपण जोरात पळायचं हा विचार करत राहतो. पण आधी मित्राची वेळ आली तरी एक दिवस वाघ आपल्यापर्यंत पोचतोच. त्याच्याआधी लढायचं शिकलं पाहिजे.

माणसं वाईट नसतात. सत्ता वाईट असते. सत्ता माणसाला बिघडवते. सत्तेचा माज बिघडवतो. सत्ता राजकारणातली असो, संस्थेतली असो, कंपनीतली असो. मग ते सत्तेच्या जीवावर, पैशांच्या जीवावर अन्याय करत असतात. आणि त्यांना सगळ्यात जास्त भीती असते माणसं एकत्र येण्याची. प्रश्न विचारले जाण्याची. अगदी एका वाक्यात सांगायचं तर सत्तेला सगळ्यात जास भीती असते सत्याची. आपण सत्याची बाजू लावून धरली पाहिजे. खरं ते बोललं पाहिजे. एकदा दोनदा नाही शंभरवेळा बोललं पाहिजे. लढलं पाहिजे.

•••

मीडिया आणि कंपनी

भारतात पहिल्यांदा वर्तमानपत्राची सुरुवात कलकत्ता भागातून झाली. बोल्ट्स नावाचा एक इंग्रज अधिकारी वृत्तपत्र सुरू करायचे म्हणून प्रयत्न करत होता. पण ते शक्य झालं नाही. उलट, त्याची हकालपट्टी झाली. बोल्ट्सनंतर दहाएक वर्षं पुन्हा कुणी वृत्तपत्र सुरू करायच्या भानगडीत पडल्याची नोंद सापडत नाही. त्यानंतर आला जेम्स ऑगस्टस हिकी. ज्याला आपण 'भारतातल्या पहिल्या वृत्तपत्राचा जनक' मानतो. *बेंगॉल गॅझेट* या नावाने त्याने हे वृत्तपत्र कलकत्त्यामध्ये सुरू केलं. पुढे ज्याला 'हिकीज गॅझेट' अशीच ओळख मिळाली.

आता बोल्ट्सचं वृत्तपत्र नाकारणाऱ्या कंपनी सरकारने हिकीला वृत्तपत्र सुरू करायची परवानगी कशी दिली? प्रश्न रास्त आहे. पण उत्तरासाठी आपल्याला हिकीने ते का सुरू केलं, याचा शोध घ्यावा लागेल. हिकीने आपण 'बेंगॉल गॅझेट' का सुरू केलं याविषयी खुलासा केलाय. बंगालमध्ये जे काही थोडे इंग्रज लोक आहेत त्यांची करमणूक करून देशोदेशीच्या बातम्या समजण्याची हौस पुरी करावी हा हिकीचा उद्देश. बोल्ट्स प्रश्न विचारणारा होता, व्यवस्थेला जाब विचारणारा होता. त्याची हकालपट्टी झाली. पण हिकीज त्या मानाने साधा वाटला असणार. कुणाचेतरी पैसे बुडवले म्हणून बिचारा आधीच तुरुंगातही जाऊन आला होता. पण पैसे काही उगाच हौस म्हणून बुडवले नव्हते हिकीने.

तर, आपल्या देशातले पहिले वृत्तपत्र आधीच तुरुंगाची हवा खाऊन आलेल्या हिकीने सुरू केले. हिकीने त्याआधी स्वतःचा छापखाना घेतला होता. त्यावर त्याने लष्कराच्या अधिकाऱ्याचे काही नियमांचे कागद छापून दिले होते. हे पैसे हिकीला त्या लष्करी अधिकाऱ्याने दिलेच नाही. असो. खरंतर हिकीला वृत्तपत्र सुरू करायची काही हौस नव्हती. परंतु बाकी कुठले अंगमेहनतीचे काम करायची त्याची इच्छाही नव्हती. ती त्याला फुकटची गुलामी वाटायची.

तर, हिकी काही अगदीच वाईट नव्हता. त्याने स्वतःबद्दल 'मी काही विद्वान माणूस नाही' असंही सांगून ठेवलंय. आता एखादा संपादक स्वतःहून असं म्हणत असेल तर हे भारीच कौतुकास्पद! त्यात भारतातल्या पहिल्या वृत्तपत्राच्या संपादकाने हे म्हणून ठेवलंय. तो पुढे असंही म्हणतो की, 'मनाचे आणि विचाराचे स्वातंत्र्य मिळवण्यासाठी मी शारीरिक श्रम करायला तयार आहे.' म्हणजे आपल्या वृत्तपत्रसृष्टीचा आद्य मानला जाणारा संपादकसुद्धा विचारांच्या स्वातंत्र्याचा उल्लेख करणारा होता. हे समाधान देणारं आहे.

हिकीने दर आठवड्याला निघणाऱ्या आपल्या 'बेंगॉल गॅझेट'वर लिहिलं होतं –'a weekly political and commercial paper open to all parties, but influenced by none' हेसुद्धा फार महत्त्वाचं वाक्य. आजच्या काळात जास्तच मोलाचं वाटणारं. पण हिकी काही उत्तम संपादक नव्हता.

खरंतर त्याला कंपनी सरकारने वर्तमानपत्र काढायची परवानगी दिली ती सरकारी बातम्या लोकांना कळण्यात मदत व्हावी म्हणून. पण या मदतीचा हिकीला चांगला उपयोग करून घेता आला नाही. हिकी वर्तमानपत्र अतिशय निकृष्ट दर्जाचा काढायचा. त्यात जाहिराती जास्त असायच्या. म्हणजे वर्तमानपत्रात जाहिराती जास्त असण्याची तक्रार अगदी सुरुवातीपासूनच आहे. त्यावर कडी म्हणजे हिकीने वर्तमानपत्राचा कागदही चांगला वापरला नाही, अशी तक्रार आहे. आणि सगळ्यांत महत्त्वाची तक्रार होती, ती हिकीच्या वर्तमानपत्रामध्ये लोकांवर होणारी वैयक्तिक टीका.

कंपनी सरकारला ही टीका मुळीच खपत नव्हती. त्यांचा असा आरोप होता, की हिकीच्या वर्तमानपत्रामधली टीका खालच्या दर्जाची आहे. त्यात हिकी थेट वॉरेन हेस्टिंगवर टीका करायला मागेपुढे बघायचा नाही. बरं, वॉरेन हेस्टिंग काही साधीसुधी आसामी नव्हता. तो त्या काळचा गव्हर्नर जनरल होता.

हिकीने म्हणे, एकदा वॉरेन हेस्टिंगच्या बायकोवरही टीका छापली. त्यानंतर चिडलेल्या वॉरेन हेस्टिंगने हिकीचे वर्तमानपत्र पोस्टाने बाहेर पाठवायला बंदी आणली. हिकीने निषेध केला; पण फरक पडला नाही. पुढे एका स्वीडिश मिशनरी माणसाने केलेल्या तक्रारीवरून हिकीला अटक झाली; पण वर्तमानपत्र बंद पडले नाही.

बाहेर आल्यावर पुन्हा हिकीचे पहिले पाढे पंचावन्न! शेवटी हिकीला वॉरेन हेस्टिंग आणि त्या वेळचे सरन्यायाधीश या दोघांवर टीका केल्याच्या आरोपावरून अटक झाली; शिवाय, 'हिकीने हेस्टिंगला पाच हजार रुपये नुकसानभरपाई द्यावी' असा आदेश दिला. परंतु वॉरेन हेस्टिंग गव्हर्नर जनरल असला तरी सुशिक्षित होता. लोकलज्जेस्तव त्याने हिकीला नुकसानभरपाईची रक्कम माफ केली. पुढे हिकी तुरुंगात पार कोलमडून पडला. बायकापोरांच्या शपथा घेऊन सोडण्याची विनवणी करू लागला. पण त्याला

माफी मिळाली नाही. छापखाना गेला, वर्तमानपत्र बंद झाले. आपल्या देशाचे पहिले वर्तमानपत्र अशा प्रकारे बंद झाले. संपादक तुरुंगात गेला.

हिकीबद्दल हे फारसं माहीत नसतं. या गोष्टी लोक विसरून जातात. एखादं मीडिया हाउस बंद होतं. काही दिवस चर्चा होते. पुन्हा सगळं 'जैसे थे'. पण हिकीने सुरुवात केलेल्या गोष्टी विसरता येत नाहीत. त्याने कंपनी सरकारवर, त्यांच्या प्रमुखावर, त्यांच्या अधिकाऱ्यावर कायम टीका केली. त्यांचा गैरकारभार उजेडात आणला. बऱ्याचदा त्याची भाषा चुकीची होती, बऱ्याचदा माहितीत उणीव होती; पण ती त्या काळाची मर्यादा होती. हिकीने वृत्तपत्रस्वातंत्र्यासाठी दिलेला लढा मात्र काळाच्या पुढे होता. आपल्या देशातल्या वर्तमानपत्राचा पहिला संपादक स्वातंत्र्यासाठी लढला... तुरुंगात गेला... हलाखीत जगला. पण केवळ जनरल नॉलेजपुरते त्याचे आणि त्याच्या वर्तमानपत्राचे नाव लक्षात ठेवून चालणार नाही. मग ते फारच जनरल झाले. त्याने वृत्तपत्रस्वातंत्र्यासाठी दिलेला लढा लक्षात ठेवला पाहिजे. म्हणजे आजचा वाहवत जाणारा मीडिया किंवा मीडियाची होणारी गळचेपी नीट समजून घेता येईल.

आणखी एक. हिकीला त्या लष्करी अधिकाऱ्याने पैसे दिलेच नाहीत. हलाखीत गेल्यावर तुरुंगातून हिकी ते पैसे मिळावेत म्हणून विनंती करत राहिला. पण कंपनी सरकारने सांगितलं की, 'त्या अधिकाऱ्याला असे कागद छापून घ्यायचा अधिकारच नव्हता.' तरीही हिकी भांडत राहिला. ३५ हजाराचे छपाईचे बिल द्यावे, म्हणून पत्र पाठवत राहिला. पुन्हा त्याला कळवण्यात आले की, 'बिल खूपच जास्त आहे. सहा हजार रुपये देऊ.' शेवटी तुरुंगात हिकीची अवस्था एवढी वाईट झाली, की तो सहा हजार रुपये घ्यायला तयार झाला. पण ते पैसे त्याला मिळाले की नाही माहीत नाही. त्याची नोंद नाही. हा असंगाशी संग लक्षात ठेवण्याजोगा आहे. हिकीकडून आजही खूप काही शिकण्यासारखं आहे.

हिकीचा धसका घेऊन पुढे मीडियाची सूत्रं कंपनीने ताब्यात घ्यायला सुरुवात केली. आधी कंपनी सरकार आणि पुढे इंग्रज सरकारने मीडिया ताब्यात ठेवायचा पुरेपूर प्रयत्न केला.

इंग्रजांच्या काळात कितीही बंधनं असली तरी सगळ्यांनीच शरणागती पत्करली नव्हती.

एकच उदाहरण बघा. वर्ष १८७८. इंग्रजांनी वृत्तपत्रांवर निर्बंध जाहीर केले होते. त्या वेळी 'किरण' नावाच्या वर्तमानपत्रात बातमीदारांना बळ देण्यासाठी हा खुलासा छापण्यात आला.

- आमचे बातमीदारांस वगैरे आवश्य सूचना -

''वर्तमानपत्रांसंबंधी झालेल्या नव्या कायद्यानें वर्तमानपत्रांत मजकूर लिहिणारांस बरीच धास्ती उत्पन्न झाली आहे. परंतु आमची आमचे बातमीदारांस सूचना आहे की या संबंधानें कोणतीही धास्ती बाळगण्याचे कारण नाहीं. आजपर्यंत खऱ्या बातम्या पाठवून आम्हांस ज्याप्रमाणें मदत केली त्याचप्रमाणे पुढेही करण्यांस कोणच्याही प्रकारें मागें पुढे पाहूं नये. बातमीदारांवर कोणच्याच प्रकारची जबाबदारी आम्ही ठेविली नाहीं, सर्व बोजा आम्ही पत्करला आहे. मात्र बातमीचे खरेपणाबद्दलची काळजी घेणें आवश्य आहे. सरकारचे कायदे कितीही कडक झाले तरी खऱ्यास भिती नाहीं हें पूर्ण लक्षांत वागविलें पाहिजे!''

ही आपली वृत्तपत्रांची जिगरबाज परंपरा... आठवणीत असावी म्हणून!

•••

बोला...

असं म्हणतात की, ज्या झाडावर माकडं जास्त असतात, त्या झाडाखाली हरणांचा कळप जमतो. हरणांना माहीत असतं, की माकडं खातात कमी आणि नासधूस जास्त करतात. फळ असो, फूल असो फेकत राहतात. माकडांची मस्ती होते, हरणांची भूक भागते. जंगलात प्राण्यांची उधळपट्टीसुद्धा कुणाच्यातरी पथ्यावर पडणारी असते. माणसाच्या बाबतीतही असं व्हायला पाहिजे ना? सहसा असं होत नाही.

वाढदिवशी तोंडावर चोपडलेला केक कुणाला खायच्या कामी येत नाही. पुण्य कमवायच्या नावाने कबुतराला फेकलेलं कितीतरी धान्य रस्त्यावर वाया जातं.

नारळाचं पाणी देवालाही मिळत नाही आणि मातीलाही! ते मंदिराच्या फरशीवर सांडपाणी होतं. देवाच्या नावाने ते एखाद्या ग्लासात साठवून कुणाला पाजता येऊ शकत नाही का? अलीकडे काही मंदिरांनी एक चांगला प्रकार सुरू केलाय. फुलांचे हार, फुलं ज्यांचं निर्माल्य होऊन वाया जायचे, ते आता नैसर्गिक सुगंध म्हणून अगरबत्ती बनवणाऱ्या कंपनीला देतात. असा वापर होत राहिला पाहिजे. मग नारळाच्या शेंड्या असोत किंवा केळीची, पळसाची पानं! निसर्ग देत राहतो पुन:पुन्हा. ते आपल्याला थोडंतरी शिकलं पाहिजे.

आपल्याकडे खूप काही असतं. बऱ्याचदा आपल्याला ते माहीत नसतं. बाकी सोडा, काही आवडलं तर आपण दाद देऊ शकतो. जगातली सर्वोत्तम गोष्ट असते ती. 'सचिन, सचिन' ओरडणारे लोक नसते, तर सचिन तेंडुलकर असण्यात काय अर्थ? लोक कर्तृत्वाने मोठे होतात हे खरंय; पण कौतुकाने त्यांना बळ मिळतं. एकट्याने प्रवास पूर्ण होतो; पण सोबत असली की तो मजेत होतो. आजारी माणसाला भेटायला जाणारे लोक डॉक्टर नसले, तरी ते आले म्हणून पेशंटला बरं वाटतं.

आपल्याकडे देण्यासारख्या खूप गोष्टी असतात. प्रत्येकाने पैसाच द्यायला हवा असं नाही. आपण आपले श्रम देऊ शकतो... आपण आपला वेळ देऊ शकतो... अगदीच काही नाही तर एखाद्याला मन मोकळं करायचं असेल तर आपण कान देऊ शकतो. आपण नुसतं मन लावून ऐकलं तरी खूप बरं वाटतं माणसांना. तुमचा विश्वास

बसणार नाही; पण असे लाखो लोक आहेत ज्यांना बोलायला कुणी नाही. ते एकटेच असतात, कुणीतरी एक शब्द बोलावा याची वाट बघत. अगदी आपल्या आसपासही कुणाशीतरी बोलण्यासाठी अधीर झालेली माणसं असतात. आपल्याला ओळखू येत नाहीत. ओळखू आली तरी वेळ मिळत नाही. वेळ काढला पाहिजे. बोललं पाहिजे.

•••

हसतात लोक आधी...

शास्त्रज्ञ 'पृथ्वी गोल आहे' म्हणाले, म्हणून त्यांचा छळ झाला. शास्त्रज्ञ 'पृथ्वी सूर्याभोवती फिरते' म्हणाले, तर लोकांनी त्यांना वेड्यात काढलं. राईट बंधू 'विमान हवेत उडू शकतं' म्हणाले, तर लोक हसले. टाइपरायटरचा शोध लागला तर लोक ते विकत घ्यायला तयार नव्हते. एके काळी भूल द्यायचं औषध वापरलं तर शिक्षा दिली जायची. पहिल्यांदा रेल्वे आली तेव्हा लोक त्यात बसायला तयार नव्हते. एवढंच काय; इथून पुढे घरी नळाने पाणी येणार हे कळल्यावर लोक 'ही भुताटकी आहे' म्हणू लागले. साबण विकणाऱ्या लोकांना आधी भर चौकात साबणाने अंघोळ करून दाखवावी लागायची. मग लोकांनी विश्वास ठेवला. प्रत्येक नवीन शोध लागला तेव्हा त्याला विरोध झाला. नंतर मात्र त्या गोष्टी आपल्या जगण्याचा भाग होत गेल्या.

बदल होतो; पण कुणालातरी धाडस करून पुढे यावं लागतं.

फोकस

एक गोष्ट जमत नाही म्हणजे नाही ती आहे फोकस. आपण कायम स्वतःला समजावत राहतो पण ठरवूनही फोकस करता येत नाही. चालायचं ठरवलं की हमखास बसून रहावं अशी जागा सापडते. एक पुस्तक वाचायला घेतलं की उगाच दुसरं पुस्तक खुणवायला लागतं. खरं तर हे जग आपली परीक्षाच आहे. जग बनवणाऱ्याने ठरवलंच असावं, बघूच कसा माणूस एकाच गोष्टीत अडकून पडतो ते? आता जग बनवणारा कोण आहे? हा प्रश्नच किती लोकांचा फोकस हलवतो.

प्रत्येकाने आपापल्या परीने कुणीतरी जगाचा निर्माता ठरवलेला आहे. आपला देव. तर कुणी देवाला थेट रिटायर केलंय. एक गमतीशीर वाक्य ऐकलं होतं, देव फोटो काढतो तेव्हा वीज चमकते. श्रद्धेचा अतिरेक झाला की अशी विधानं जन्म घेतात. असो.

देव हा काही आपला विषय नाही. देव अत्यंत खाजगी गोष्ट आहे. पाकिटात आपल्या आवडत्या व्यक्तीचा जपून ठेवलेला फोटो असावा तशी. अर्थात त्याचंही प्रदर्शन मांडायचं असेल तर तो ज्याचा त्याचा प्रश्न आहे. पण आपला मुद्दा फोकस आहे.

फोटो काढताना आपण कायम फोकसवर लक्ष देतो. मोबाईलमध्ये पण ती सोय आहे. अगदी बोटाने जिथे फोकस पाहिजे तिथे आपण ठेवू शकतो. आणि हा फोकस ठेवताना कायम आपला हात आपल्या चेहऱ्याच्या दिशेने असतो. किंवा आपल्याला ज्या गोष्टीचा फोटो काढायचाय त्या गोष्टीला आपण फोकस करतो. कारण ती आपल्याला जपून ठेवायची असते. आठवणीत ठेवायची असते.

खरं तर फोटोची गोष्ट प्रत्यक्ष आयुष्यात पण तशीच आहे. आपल्याला अमुक क्षेत्र आवडतं तर आपला फोकस तिथेच असला पाहिजे. पण नेमकं आपण अकरावीत सायन्स घेतो आणि वर्गातली कुठलीतरी मुलगी आवडते. फोकस शिफ्ट होतो. आपण क्रिकेट खेळू लागतो आणि बर्गर खायची सवय लागते. आपण युट्यूबवर अमुक शोधायला लागतो आणि भलतंच काहीतरी बघत बसतो.

पूर्वीच्या लोकांचं असं व्हायचं नाही. कारण त्यांच्याकडे पर्याय कमी होते. आपल्याकडे खूप पर्याय आहेत. म्हणूनच फोकस ही गोष्ट आपल्यासाठी प्रचंड अवघड आहे. पण उत्तम फोटो पाहिजे असला तर फोकस योग्य ठिकाणीच लागतो. तसं जगण्याचं आहे.

मला भारताबद्दल प्रेम असेल तर मी उठसुठ पाकिस्तान कसा वाईट आहे हे बोलत बसण्यात अर्थ नसतो. मराठी भाषेवर प्रेम असेल तर लोकांनी बळेच मराठी बोलायचा आग्रह करण्याची गरज पडत नाही. मराठी लोकांना बोलावीच वाटेल असं काहीतरी काम करण्याचा विचार केला पाहिजे. कारण फोकस भाषा आहे. परके लोक नाही. इंग्रजी का जास्त बोलली जाते याचा विचार करता येईल. या गोष्टीला अर्थकारण कारणीभूत आहे हे लक्षात येईल. मग मराठीचं अर्थकारण कसं वाढेल याचा विचार सुरू होईल. पण असं होत नाही.

आज छोट्या छोट्या शहरातही शेकडो फोटोग्राफर, व्हिडीओ कॅमेरामन दिसतात. एकाने कॅमेरा घेतला म्हणून दुसऱ्याने घेतला. स्पर्धा वाढली. रेट कमी झाले. लग्नातले फोटो अल्बम आणि व्हिडीओ एवढे एकसारखे आणि कंटाळवाणे बनू लागले की तो व्यवसाय पण कमी होतोय. एका छोट्या शहरात शेकडो कॅमेरामन असणं हे फोकस योग्य नसण्याचंच लक्षण. कॅमेरा दुरुस्त करणारे मात्र मिळत नाहीत. त्यासाठी मुंबई पुण्यात जायला लागतं.

मोबाईल शॉपीचं पिक असंच आलं. पण त्यातही रिचार्ज करून देणारे आणि कव्हर विकणारे जास्त. मोबाईल दुरुस्त करणारे एक्स्पर्ट कमी. त्यांच्याकडे अजूनही कामच काम आहे. पण कुणीतरी शेअर मार्केटमध्ये पाच पन्नास हजार कमवल्याचं सांगतो आणि सगळे एकामागोमाग एक तेच करू लागतात. त्यात केवळ हव्यासापोटी पैसे गुंतवणूक करणाऱ्याला नुकसानच होतं. कारण अभ्यास करायची तयारी फार कमी लोकांची असते. अशा गोष्टीत कायम माहिती मिळवत रहावी लागते. अपडेटेड असावं लागतं. जगभरात व्यापार, गुंतवणूक क्षेत्रात काय चालू आहे याची माहिती लागते.

आपल्यात सगळेच दोष आहेत असं नाही. किंवा कायमच एखादी गोष्ट धरून रहावी असंही नाही. खरं तर फोकस करण्याआधी अशीच स्थिती असते. खूप गोष्टी दिसत असतात. खूप गोष्टी छान वाटत असतात. पण आपली फ्रेम हळूहळू ठरते. आपली रेंज आपल्या लक्षात येते. किती झूम करायचं हे पण ठरून जातं. आणि मुख्य म्हणजे फोकस कितीही असला तरी वेळ आल्यावर आपण विचलित होऊन चालत नाही. नाहीतर चित्र बिघडतं. जगण्यातही. फोटोतही. म्हणून क्लिक करायची वेळ येते तेव्हा एकाग्रता महत्त्वाची असते.

सॉक्रेटीसची एक गोष्ट सांगतात. त्याला एका तरुणाने विचारलं म्हणे, यश मिळवायला काय करावं लागतं. सॉक्रेटीसने त्याचं डोकं पाण्यात बुडवलं. तरुण धडपडू लागला. श्वास कोंडला. काही वेळात सॉक्रेटीसने त्याला बाहेर काढलं. म्हणाला, पाण्यात असताना तू श्वास घ्यायला जी धडपड करत होतास ना तशी धडपड करावी लागते यश मिळवायला. अगदी जीवन मरणाचा प्रश्न असल्यासारखी. श्वासाएवढं यशाला महत्त्व द्यायला शिकलं पाहिजे. हे उदाहरण छान आहे.

पण यश म्हणजे अमुक गोष्ट मिळवायची एवढंच नसावं. यश म्हणजे फोकस. जे आहे ते आपल्याला नीट दिसतंय, नीट कळतंय आणि तेच आपलं ध्येय आहे ठरवता येणं हे सुद्धा खूप मोठं यश आहे. यश म्हणजे डोंगर सर करण नाही. पायथ्याशी पण खूप आनंद आहे. समाधान आहे. आपलं मन कुठे रमतं हे जास्त महत्वाचं आहे. त्यालाच तर फोकस म्हणतात लोक.

बाकी मला कुठल्या एका गोष्टीवर फोकस करता येत नाही म्हणजे मला काही आजार आहे असं नाही. किंवा ही फार मोठी समस्या नाही. एकाच वेळी खूप गोष्टीत रस असणं हे रसिक माणसाचं लक्षण आहे. आणि खूप गोष्टीत धडपड करून पाहिल्यावर, अपयश आल्यावर किंवा चुका झाल्यावर आपल्याला आपली अशी जी गोष्ट सापडते ती नेहमीच भन्नाट असते. जास्त फोकस करायला लावणारी असते.

•••

टिकली आहे म्हणून...

खूप वर्षांपूर्वीची गोष्ट. बसमध्ये प्रवास सुरू होता. बसस्थानक जवळ आलं होतं. समोरच्या सीटवरची बाई अचानक अस्वस्थ झाली. शोधाशोध करू लागली. ती आणि तिचा नवरा दोघेही शोध घेत होते. पैसे हरवले असावेत असं वाटत होतं. बस स्थानकात शिरली तशी तर ती बाई आणखी घाबरली. नवरा चिडचिड करत होता. आता ओरडायला लागला. त्याच्या बोलण्यातून लक्षात आलं, की त्याच्या बायकोची टिकली हरवलीय. कपाळावर टिकली नाही तर बसमधून उतरायचं कसं? बरं, साक्षात सासरे त्यांना न्यायला येणार होते. त्यांच्यासमोर विनाटिकलीचं जाणार कसं? बिचारी रडवेली झाली होती. साधारण आठ-दहा महिन्यांनी ते दोघं गावी जात होते. पण आपल्या माणसांना भेटायचा आनंद नव्हता... हुरहूर नव्हती... होती ती फक्त चिंता. इवल्याश्या टिकलीची! परंपरा माणसांपेक्षा मोठी होते, नात्यापेक्षा मोठी होते तेव्हा ती भीतिदायक बनू लागते.

एका गावातल्या जत्रेची गोष्ट. जत्रा हा अभिमानाचा विषय असतो. आठवणीतला हळवा कप्पा असतो. एरवी गावी न जाणारे लोक जत्रेला नियमित हजर असतात. भेटी होतात.

काही वर्षांपूर्वी अशाच एका जत्रेला गावी गेलेला मित्र सांगत होता. तो आणि त्याची बायको लग्नानंतर पहिल्यांदाच मोठ्या हौसेने जत्रेला गेले होते. प्रेमविवाह होता. सुदैवाने बायकोलाही गावी जायची आवड... त्यात गाव डोंगरात... निसर्गाच्या कुशीत! दोघे जत्रेत भटकत राहिले. भावांची मुलंमुली सोबत होते. त्यांच्यासाठी खरेदी झाली. मित्राच्या बायकोला आश्चर्य वाटलं, की गावात राहणाऱ्या त्या लहान मुली टिकल्या खरेदी करत होत्या आवडीने! वेगवेगळे रंग आणि आकाराच्या टिकल्या! तिला आपल्या लहानपणची आठवण झाली. तिलाही असंच वेड होतं टिकलीचं! बायको आपल्या पुतण्यांसोबत छान मिळूनमिसळून राहतेय याचा त्यालाही आनंद झाला.

अचानक काही वेळाने बायकोच्या चेहऱ्यावरचे रंग बदलले. ती वैतागलेली दिसू लागली. हरवल्यासारखी फिरू लागली. काही वेळाने तिने सांगितलं, 'तिचा प्रॉब्लेम

सुरू झालाय. तिच्याकडे पॅड नाही.' पूर्ण जत्रेतल्या दुकानात तेवढी एक गोष्ट मात्र कुठेच नव्हती. टिकल्या होत्या, कुंकू होते, कानातले होते, गळ्यातले होते, नथ होती, लिपस्टिक होती, पावडर होती; पण सॅनिटरी पॅड नव्हतं.

मित्राच्या लक्षात आलं. त्या गावात ती गोष्ट कधीच, कुठेच विकायला ठेवली जात नव्हती. आसपासच्या गावातही नाही. आपण कपाळावर काय असावं याचा आग्रह धरतो; पण आरोग्यासाठी स्त्रीला काय महत्त्वाचं आहे याचा विचारही करत नाही. ज्या गावात कित्येक वर्षांपासून कोल्ड्रिंक मिळतं, त्या गावात सॅनिटरी पॅड मात्र उपलब्ध नसतं.

एका ऑफिसमध्ये काम करणारा तरुण. महिन्यातून एक-दोनदा तरी त्याच्या शर्टला टिकली असायची. कधी कॉलरला, कधी बाहीला. मग ती ऑफिसमध्ये कुणाच्यातरी लक्षात यायची. चेष्टा व्हायची. तो तरुण लाजायचा. सगळे चिडवायचे. त्याला ते आवडायचं. आपण म्हणू, तो विसरभोळा असेल. पण तसं नव्हतं. प्रत्यक्षात तो एकटा होता. बायको सोडून गेली होती. पण त्याने हे कुणाला सांगितलं नव्हतं. त्याला ते कमीपणाचं वाटायचं. म्हणून कधी कॉलरला टिकली लाव, कधी बाहीला असले उद्योग तो करायचा. आपलं बरं चाललंय, आपणही सुखी आहोत हे दाखवायला असलं नाटक! खूप लोक असे वागतात.

फार पूर्वी एक स्त्री दिसायची. कपाळावर एकदम काळा डाग. तिने धर्मांतर केलं होतं. कुंकू लावणं सोडून दिलं होतं. एका धर्माची सनातन खूण मिटवून टाकायला दुसऱ्या धर्माचा सनातन आग्रह सुरू झाला. फक्त कुंकू न लावून चालणार नव्हतं. कुंकू लावण्यासाठी तिने वर्षानुवर्षं मेण लावलं होतं कपाळाला, तेही मिटवून टाकायला सांगितलं गेलं. तिला नवीन धर्माच्या लोकांबरोबर काम करायचं होतं. नोकरी मिळाली होती. तिने मेण पुसून टाकायचा प्रयत्न केला. पण मेण कुठलं... ती उरलेली खूण! कायम झाकली गेल्याने पांढरी दिसणारी! काही दिवसांत निघून गेली असती. पण तिला ती लवकरात लवकर मिटवायची होती. तिने मेणबत्ती घेऊन ते मेण वितळवता येतं का पाहिलं. झालं भलतंच! त्या जागी मोठा काळा डाग पडला. कुठलाही अतिरेक अशाच शेवटाकडे नेतो.

नास्तिक होणं म्हणजे दुसऱ्यांच्या देवाला शिव्या देणं नाही. आस्तिक असणं म्हणजे नास्तिक लोकांना नाव ठेवणं नाही. धर्माचे रंग असतात. आपल्या धर्माचा रंग प्रत्येकाला प्रिय असतो. पण दुसऱ्यांच्या धर्माचा रंग न आवडणे, म्हणजे स्वतःचा धर्म नीट न कळणे.

एका गावात एक आडदांड मुलगा होता. सतत मारामारी. तो गुंड होणार याची सगळ्यांना खात्री होती. परंतु कॉलेजमध्ये असताना प्रेमात पडला. मुलीमुळे खूप बदलला. लग्न केलं तिच्याशी. प्रयत्न करून सैन्यात भरती झाला. बिचारा! फार शिकलेला

नव्हता. बायकोला पत्र पाठवायचं तर काय लिहायचं, हा त्याला प्रश्न असायचा. चार-चार तास बसून राहायचा पण काही सुचायचं नाही. मग वेगवेगळ्या ठिकाणी गेला की टिकली घ्यायचा. त्याच्या आंतरदेशीय पत्रात फक्त टिकली असायची. कधी-कधी तर दोन ओळीसुद्धा लिहायचा नाही. फक्त नाव आणि टिकली. अशा खूप टिकल्या जमा झाल्या बायकोकडे. एक दिवस पत्र येणं बंद झालं. त्याची डेड बॉडी आली. सीमेवर मारला गेला. बायको अजूनही त्या जमा केलेल्या टिकल्या कपाळावर लावते. त्याच आठवणी आहेत, तो सोबत असल्याची खूण आहे.

टिकली काय किंवा कुंकू काय; या गोष्टी प्रतीक आहेत. पण प्रतीक कधी महत्त्वाचं ठरतं? देवळापुढे गर्दी कधी असते? देवस्थान जागृत आहे अशी लोकांची खात्री पटली पाहिजे. टिकली किंवा कुंकू बायका प्रेमाने लावतात. कधी नवरा-बायको एकमेकांचं नाव गोंदवून घेतात. हे सगळं प्रेमापोटी असतं. बळजबरी नाव गोंदवायला लावू शकत नाही. ते मनातून असलं पाहिजे.

बायका नवऱ्यासाठी टिकली लावतात. नवरे...? नवरे काय करतात? लग्न व्हावं म्हणून उपवास करणारे पुरुष मी बघितले आहेत. पण लग्न झाल्यावर बायकोसाठी हरितालिकेसारखा एखादा उपवास कुणी केल्याचं नाही पाहिलं. पुरुषांसाठी असं काहीच नाही. कुठलंच प्रतीक नाही. असं का असेल? आणि असतं तर ते टिकलं असतं का?

कुंकू लावणारे पुरुष कसे दुर्मीळ झाले. धोतर घालणारे पुरुष दुर्मीळ झाले. फेटा बांधणारे दुर्मीळ झाले. मिश्या ठेवणारे दुर्मीळ झाले. पुरुष सगळे नियम मोडत चाललाय. स्त्रियांना मात्र नियमात ठेवायची हौस काही जात नाही. खरंतर 'टिकली' स्त्री आहे म्हणून टिकली. तिला आवडत असेल तर 'टिकली' पाहिजे. पण बळजबरी मिरवायची गोष्ट नाही ती.

ज्यांना नाती कळतात, घरातल्या माणसांची किंमत कळते, भावना कळते, ती माणसं कुणाच्या कपाळावर काय लावलंय याचा विचार करत नाहीत. कुणाच्या मनात काय चाललंय याचा विचार करतात. टिकलीचं काय; टिकली तर टिकली. पण नाती टिकली पाहिजेत. कारण टिकली हा काही पुरातन शोध नाही. ती मधेच परंपरेला चिकटलेली गोष्ट आहे. बळेच चिकटवलेल्या गोष्टी फार काळ टिकत नसतात. हेमाडपंथी मंदिराला बळेच रंगवून ते विद्रूप होतात. त्यांची मनापासून काळजी घेतली तरी ते सुंदर दिसतात. पवित्र वाटतात. सगळीकडे आपण आपली रंगरंगोटी थोपवायची गरज नसते. त्यासाठी तेवढी सौंदर्यदृष्टी आपल्याकडे आहे का, हे तपासायला पाहिजे. आज आपण टिकलीवर बोलतोय ते ती टिकली आहे म्हणून; ती प्रेमाने आणि स्वतःच्या आवडीने टिकणार आहे, बळजबरीने नाही.

•••

जात

खूप लोकांशी बोलताना जाणवतं त्यांना आपल्या जातीपलीकडे फार महापुरुष माहिती नसतात. ऐकून असले तरी त्यांच्याबद्दल वाचायची इच्छा नसते. अगदी मोबाईलमधला फोटो अल्बम बघा. त्यात आपले जातीचे महापुरुष, देव, समारंभ याच गोष्टींचे फोटो असतात. हे जरा डेंजर आहे.

जात ही गोष्ट मुळात खूप फसवी आहे. तुम्ही कुठल्याही जातीच्या माणसाला विचारा. तो आपल्या जातीच्या एकीविषयी तक्रार करतो. इतर जातीत कशी जास्त एकी आहे, ते कसे एकमेकांच्या मदतीला धावून येतात असं बोलत असतो. पण खरी गोष्ट अशी आहे की कुठलीच जात किंवा कुठलाच धर्म हा एकमेकांच्या मदतीला येत नसतो. जातीची माणसं एकमेकांच्या मदतीला धावून आली असती तर कुठल्याच जातीत गरीब माणूस दिसला नसता. पण गरिबी ही एक वेगळी जात होऊन जाते. गरीबाचं कुणी नसतं. पैसा नसेल तर माणसं सहसा जवळ येत नाहीत. हा जगाचा नियम आहे. म्हणून जातीचे गोडवे गात बसण्याला काही अर्थ नसतो.

जातीचं सोडा नात्यातले लोक पण कामी येत नाहीत एकमेकांना. आश्चर्य वाटेल पण कोर्टात जास्त केसेस जमिनीच्या आहेत. मालमत्तेच्या आहेत. आणि त्यातही नात्यातल्या लोकांच्या. भावांच्या. म्हणून तर बांधाला बांध असले की वाद असतात. बांध कोरण्यासारखे प्रकार होतात. हे का घडायला पाहिजे? नातं असून, एका जातीचे असून असं होतं तरी त्याकडे दुर्लक्ष होतं. तरी जात कुरवाळत राहतात लोक. मिरवत राहतात.

पण सगळ्यात ठळक अस्तित्व कुणाचं दिसतं? उद्योग करणाऱ्या लोकांचे क्लब असतात. तिथे लोक खूप प्रेमाने भेटत असतात. काय काय सामाजिक वगैरे करत असतात. जातीच्या किती संघटना असं काम करतात? उद्योगाला प्रोत्साहन देतात? चांगला उद्योग किंवा उद्योगपती कधी एका जातीपुरता किंवा धर्मापुरता राहू शकत नाही. त्याला व्यापक होण्याशिवाय पर्याय नसतो.

शेप्या, लालपरी, गोटीआंबा, रायवळ, खारीकआंबा, कागद्या, लोणच्या, केसर, शेंदऱ्या, नारळ्या, बिटका, केळ्या, गाडग्या अशी कितीतरी नावं होती काही वर्षांपूर्वी. ही आंब्याची नावं. आज यातले किती उरलेत? आणखी काही वर्षांत काहीतरी उरेल का? आंब्याच्या उत्तम देशी जाती आपण हरवत चाललोय.

इतिहास म्हणजे फक्त माणसांच्या जाती नसतात. झाडाच्या जाती त्यापेक्षा जास्त महत्त्वाच्या असतात. कारण त्याचं हमखास फळ मिळणार असतं. कुठला मित्र कुठल्या जातीचा आहे हे माहित असणं काय कामाचं ? पण कुठली ज्वारी कुठल्या जातीची आहे, कुठला पेरू कुठल्या जातीचा आहे हे माहित असणं कामी येतं. जमिनीच्या मालकाची जात भाव ठरवत नाही. उसाची, मोसंबीची जात भाव ठरवायला कामी येते.

आपण रक्ताच्या नात्यावर खूप बोलतो. पण रक्ताच्या जातीवर फार बोलत नाही. रक्त गट म्हणजे जातीच असतात. पण जीव वाचवण्यासाठीच्या सगळ्यात महत्त्वाच्या जाती. दवाखान्यात जेव्हा आयसीयूमध्ये जायची वेळ येते तेव्हा आपली नाही, रक्ताची जात विचारली जाते.

कुत्रे विकत घेताना लोक जातीवर बोलतात. भाव ठरवतात. कुत्र्याच्या जातीवरून त्याला किंमत मिळते. माणसाला नाही. माणसाला जातीवरून माघारी फक्त टोमणे मिळतात. कुणाच्या कामी आला तरच माणसाला किंमत असते. काही ठरावीक जातींना आरक्षण आहे याची तक्रार केली जाते. पण काही ठरावीक जातींवरच वर्षानुवर्ष अन्याय झाल्याने आरक्षण द्यावं लागलय हे विसरलं जातं.

•••

आपण का भांडतो?

आजकाल माणसं संवाद कमी साधतात. भांडतात जास्त. देशाचा विकास झालाय का? हा विषय घ्या. लोक लगेच भांडू लागतात. विकास झाला म्हणणारे असतात. विकास झालाच नाही म्हणणारे असतात. पण सत्य काय असतं?

कुठल्याच देशाचा कधीच शंभर टक्के विकास झालेला नसतो. कुठला देश विज्ञानात प्रगत असतो. कुठला पर्यटनात. कुठला देश फक्त बँकिंगमध्ये मोठा असतो. कुठल्यातरी ठराविक गोष्टी जमेच्या असतात. आणि उणिवा पण तेवढ्याच असतात. एखादी उणीव असली याचा अर्थ असा नसतो की आपला देश अविकसित आहे. काही जमेच्या बाजू असल्या म्हणजे आपण खूप भारी आहोत असंही नसतं. मुळात स्वतःला भारी समजणारी माणसं पूर्णपणे विकसित माणसं नसतात. त्यात आमचे पूर्वज भारी म्हणणारी माणसं तर फारच अवघड. अशा लोकांबद्दल रामदास स्वामींनी फार छान लिहून ठेवलंय.

> आपली आपण करी स्तुती
> स्वदेशी भोगी विपत्ती
> सांगे वडिलांची कीर्ती
> तो एक मूर्ख.

रामदास स्वामींच्या मते हे मुर्खांचं लक्षण आहे. पण एवढ्या वर्षांपूर्वी त्यांनी हे मूर्खांच लक्षण सांगूनही आपण काही ते मनावर घेत नाही. आपण स्तुतीप्रियच राहिलो. बरं ती लोकांनी केली तर ठीक. पण आपणच आपल्या जुन्या गोष्टी उगाळत बसतो. दुर्दैव या गोष्टीचं आहे की आपल्याला आपला इतिहास नीट ठाऊक नसतो.

छत्रपती शहाजीराजे स्वराज्यसंस्थापक. पण त्यांच्याबद्दल किती पुस्तकं आहेत? अहिल्यादेवी होळकर यांनी आदर्श राज्यकारभार कसा असावा याचं उदाहरण घालून दिलं. त्यांच्या प्रशासनाबद्दल, त्यांनी राबवलेल्या योजनांबद्दल किती पुस्तकं आहेत? मराठी भाषेचा शब्दकोश बनवण्यासाठी मोल्स्वर्थसारख्या इंग्रजानेही पुढाकार घेतला. पण आता किती शब्दकोश बनताहेत? आपल्या मराठी विश्वकोशात काय भर

पडतेय? मातृभाषेत विज्ञान शिकवायच्या घोषणा होतात. पण मराठीत विज्ञानावर किती पुस्तकं प्रकाशित होतात? पाककलेवर जेवढी पुस्तकं छापली जातात आणि विकली जातात तेवढी विज्ञानावरची पुस्तकं का छापली जात नाहीत? का वाचली जात नाहीत? मिसळ दहा प्रकारे बनवता येणे किंवा कोशिंबीर पंधरा प्रकारे बनवता येणे ही चांगलीच गोष्ट आहे. ते वाचलंच पाहिजे. पण नकाशा वाचता येणे ही सुद्धा महत्त्वाची गोष्ट आहे. त्यासाठी किती पुस्तकं आहेत? नकाशा वाचता न येणारी माणसं देशाच्या सीमेबद्दल ज्ञान पाजळत असतात. ही आपली खरी शोकांतिका आहे.

आपल्याला चित्रकलेतलं फार कळत नाही. रंगांबद्दल आपण फार बोलू शकत नाही. शिल्पकलेबद्दल तर आपली बोंबच आहे. हे माझे मला पडणारे प्रश्न आहेत. मला या गोष्टींची माहिती का नाही? आवड का निर्माण झाली नाही? कारण या बद्दल वाचायला फार कमी मिळतं.

आपली जुनी मंदिरं एवढी अप्रतिम आहेत. जुने वाडे एवढे उत्तम आहेत. मग आजकाल आपल्या इमारती पूर्णपणे पाश्चात्य प्रभावाखाली का बांधल्या जातात?

आपल्याला युरोप किंवा अमेरिकेसारखं व्हायचंय. त्यांचे ते कमोड आणि आपले भांडे ते इंडियन टॉयलेट. कमोड घरी लावायचं. पण नावं ठेवायची. पोट साफ होत नाही वगैरे आणि आपलं इंडियन किती भारी. इंडियन पद्धतीने बसलं की गुडघे पोटावर जोर देतात. पोट साफ होतं. हा इंडियन टॉयलेटचा अभिमान. पण ते इंडियन का? ते सुद्धा परदेशीच. तेच लोक आधी वापरत होते भांडं. त्यांनीच इकडे आणलं. आपण त्याला कुचेष्टेने इंडियन म्हणतो एवढंच. इंडियन टाईम म्हणजे काय तर उशीर. या लाजिरवाण्या गोष्टी आपण सहज पचवतो. तुम्ही अवती भवती खूप लोक बघितले असतील. एखादी खूप स्वच्छ किंवा सुंदर जागा असली की लोक म्हणतात, वा! काय जागा आहे. इंडियात असल्यासारखं वाटतच नाही. म्हणजे काय? तुम्ही देशाला काय समजताय? नकळत देशाचा अपमान होतो पण आपल्या लक्षातही येत नाही.

एका माणसाचं तेलाचं दुकान होतं. त्याने एक नवीन नोकर ठेवला. नोकराला मोठी स्वप्न बघायची सवय होती. एक दिवस नोकराच्या डोक्यावर तेलाचं भांडं देऊन तो बाजाराला निघाला. नोकर स्वप्न बघू लागला. मी हे तेल बाजारात नेलं की मालक मला शंभर रुपये देईल. त्याची मी कोंबडी घेईन. ती अंडी घालेल. कोंबडीची पिल्लं विकून मी शेळया घेईन. शेळ्यांची पिल्लं विकून मी गाई घेईन. गाईची वासरं मोठी होऊन बैल होतील. ते विकून मी म्हशी घेईन. दूध विकीन. मग लग्न करीन.

मला मुलं होतील. मग बायको मी पलंगावर पडलेला असताना मला जेवण आणून देईल. मग मुलगा मला म्हणेल, मला चॉकलेट पाहिजे. मी नाही म्हणून मान हलवीन. असा स्वप्नात विचार करत असताना नोकर मान हलवतो आणि तेलाचं

भांडं खाली पडतं. नुकसान झाल्यामुळे दुकानदार रडवेला होतो. पण नोकर त्याच्यापेक्षा जोरात रडू लागतो. दुकानदार म्हणतो, माझं नुकसान झालय. तू एवढा का रडतोयस? नोकर म्हणतो, तुमचं फक्त तेल सांडलय. माझा तर सगळा संसार उध्वस्त झालाय. आता काय बोलणार?

आपली अर्धी अधिक भांडणं अशी कल्पनेतल्या गोष्टीवर चालू आहेत. देशभक्ती ही गोष्ट अशीच आपण सोयीने वापरतो. काल्पनिक. आपल्या सगळ्यांना देशभक्तीची कसोटी लावली तर काय होईल? आपण आपला देश स्वच्छ ठेवण्यात किती योगदान देतो? आपण वाहतुकीचे नियम पाळतो का? आपण कर भरतो का? अशा साध्या साध्या गोष्टीचे निकष लावले तर करोडो लोक देशभक्त ठरतच नाहीत. पण देशभक्ती हा आपल्यासाठी फक्त बोलायचा विषय असल्याने आपण ते मनावर घेत नाही. राष्ट्रगीत चालू असताना लोक एकमेकांचं जास्त निरीक्षण करतात. हा नीट उभा आहे का? तो हालचाल करतोय का? ही काही देशभक्ती नसते. आपण नीट ताठ उभं राहिलो की इतरांना आपोआप दडपण येतं. गरज फक्त आपण ताठ उभं राहण्याची असते. कुठल्याच देशाला त्याच्यासाठी भांडणाऱ्या लोकांची गरज नसते. देशासाठी योगदान देणाऱ्या लोकांची गरज असते. देशभक्तीच्या नावाने गळे काढून कुठल्या देशाचा जीडीपी वाढत नसतो. किंवा महागाई कमी होत नसते. त्यासाठी प्रत्यक्ष काम करावं लागतं. ऐकून आश्चर्य वाटेल पण आपल्या देशात भांडणाचं एक महत्त्वाचं कारण आहे, अमक्याने माझ्याकडे का पाहिलं? काय बघतो रे? म्हणजे एखादा आपल्याकडे का बघतोय म्हणून खुपदा देशात भांडण सुरु होतं. निदान या गोष्टीवरून धडा घेतला पाहिजे. अमका आपल्याकडे का बघतो यावर भांडण्यापेक्षा आपण आपल्याकडेच बघितलं पाहिजे. स्वतःवर लक्ष ठेवलं पाहिजे.

•••

चिंता

खूप पूर्वी एक कथा वाचली होती. गोष्ट काहीशी अशी आहे. एक क्लार्क असतो. नेहमी आपल्या बॉसला खुश ठेवणारा. बिचारा एक दिवस एका नाटकाला जातो. प्रयोग रंगलेला असतो. अचानक त्याला शिंक येते. चुकून समोरच्या एका टकल्या माणसाच्या डोक्यावर आपण शिंकलोय हे त्याच्या लक्षात येतं. त्याला वाईट वाटतं. पण त्या माणसाला निरखून बघितल्यावर त्याच्या लक्षात येतं की आपण ज्याच्या टकलावर शिंकलो तो दुसरा तिसरा कुणी नसून आपला बॉस आहे. क्लार्क एकदम घाबरून जातो. आपली नोकरी जाणार याची त्याला खात्री होते. तो बॉसची माफी मागतो. पण बॉसला काय झालय ते लक्षातही आलेलं नसतं. तरीही क्लार्क पुन्हा माफी मागतो. पण बॉसला त्यात विशेष काही वाटलेलं नसतं. त्यामुळे तो दुर्लक्ष करतो. बिचारा कारकून आपल्याला बॉस काहीच बोलत नाही हे बघून उलट अजून घाबरतो. त्याला वाटतं बॉस खूपच रागावलाय. म्हणून आपल्याशी बोलतसुद्धा नाही. तो पुन्हा पुन्हा माफी मागतो बॉसची. आता मात्र वैतागून बॉस त्याला हकलून देतो. कारण बॉसला कळत नाही की हा का सारखी सारखी आपली माफी मागतोय?

बॉसने हकलून दिल्यावर तर क्लार्कची खात्री होते की बॉस आपल्यावर खूप रागावलाय. त्याचं कामात लक्ष लागत नाही. सारखा चुका करू लागतो. आपण बॉसच्या अंगावर शिंकलो हाच विचार त्याच्या मनाला खाऊ लागतो. बॉसला याच्या मनात काय चाललय पत्ताही नसतो. पण क्लार्क मात्र त्या चिंतेने एवढा खचतो, एवढा खचतो की त्यातच त्याचा शेवट होतो.

चिंता आणि भीती या विनाकारण सतावणाऱ्या गोष्टी असतात. चिंता कधी समस्या सोडवू शकत नाही. पण तरीही आपण कायम कशाची न कशाची चिंता करत राहतो. खूप गोष्टी तर आपल्या हातात नसतात, आवाक्याबाहेरच्या असतात. तरी आपण त्यांची चिंता करतो. मला खूप लोक माहित आहेत ज्यांना आपल्या आवडत्या अभिनेत्रीचं वय वाढतय याची चिंता असते. आवडत्या खेळाडूचा फॉर्म चांगला नाही याची चिंता असते. आवडत्या नेत्याला मंत्रीपद मिळालं नाही किंवा न आवडणाऱ्या

नेत्याला मंत्रीपद मिळालं याची चिंता असते. क्रिकेट सामन्याच्या दिवशी पाऊस तर पडणार नाही ना याची चिंता असते. घरातून बाहेर पडायच्या आधीच रस्त्यावर खूप वाहतूक असेल याची चिंता असते. काही लोकांना पाकिस्तान क्रिकेट सामना जिंकेल याची चिंता असते.

खरं तर या विनाकारण चिंतांमधून बाहेर पडण्यासाठी आपण सगळेच धडपडत असतो. पण खूप लोकांची धडपड हा सुद्धा एक चिंतेचा विषय असतो. म्हणजे आपलं वजन वाढतंय ही चिंता असणारे लोक. ते वजन कमी करण्यासाठी जेवढी चर्चा करतात ते चिंताजनक असतं. काही लोक सोशलमिडीयावर सातत्याने देशाची, नेत्याची चिंता करणारं लिखाण करत असतात. आणि आपल्याला फक्त त्या उठसुठ कुठेही कमेंट करणाऱ्या लोकांचीच चिंता वाटत राहते. कसं होईल याचं?

•••

नशीब

निदा फाजली यांचा एक फार सुंदर शेर आहे –

कोशिश भी कर, उमीद भी रख, रास्ता भी चुन

फिर इसके बाद थोड़ा मुकद्दर तलाश कर

बऱ्याचदा नशिबावरच जास्त अवलंबून राहतात लोक आणि प्रयत्न करायचे राहून जातात. ज्याला-त्याला जन्मपत्रिका दाखवत बसतात आणि मग लग्नपत्रिका वाटायची वेळच येत नाही. जोडीदाराचे गुण जुळतात का? हे कागदावर कधीच कळत नाही. संसारात जुळवूनच घ्यावं लागतं. फक्त आपली तशी मनाची तयारी आहे का, एवढाच प्रश्न असतो. परंतु बरेच लोक ते सोडून बाकीचे सगळे उद्योग करत बसतात.

आपल्याकडे सगळ्यांत मोठी अडचण होती, नवरा-बायकोचं एकमत झालं पाहिजे, हा आग्रह! काहीही करून त्यांचं छानच चाललं पाहिजे, हा हट्ट! असं कसं होईल? दोन वेगवेगळी माणसं म्हणजे वेगवेगळी मतं. कधी मतं पटू शकतात, कधी नाही पटू शकत. पण न पटण्याची शक्यताच गृहीत धरत नाहीत. माणसं भांडली नाही तर एकत्र कशी राहू शकतील? कधीतरी भांडावसं वाटणं हे अतिशय नॉर्मल आहे. उलट, कधी भांडणच होत नसेल तर जरा चिंता करण्यासारखी गोष्ट आहे. मग कुणीतरी एक जण कंटाळा करतोय, सहन करतोय, किंवा फसवणूक करतोय, अशीही शक्यता निर्माण होऊ लागते.

व्यावसायिक हितसंबंध असलेली माणसं भांडत नाहीत. ते एकमेकांना खूश करण्याचा प्रयत्न करत असतात. अगदी एकाच पक्षातले एकाच मतदारसंघातले नेते बघा. ते एकमेकांचे स्पर्धक असतात. मनातून एकमेकांना मागे टाकण्याचे डाव आखत असतात. तोंडावर मात्र एकदम गोड बोलत असतात. एकाच खेळातल्या दोन खेळाडूंचंही असंच होतं. गोड बोलत असले तरी ते स्पर्धक असतात. आणि 'स्पर्धा नाही' असं म्हणणं खोटेपणा आहे. त्यांच्यात एकमेकांना हरवण्याची स्पर्धा असते. संसारात मात्र असं नसतं. दोघांनाही जिंकायचं असतं. त्यामुळे फक्त गोडगोड बोलून कायम एकमेकांचं कौतुक करता येत नाही. वेळप्रसंगी दोष दाखवावे लागतात, नाराजी

व्यक्त करावी लागते. आणि त्यात चुकीचं काही नसतं. पण हे सगळं ज्याला-त्याला करावं लागतं.

थोडक्यात, आपलं आपण पाहायचं. पत्रिका पाहून चालत नाही. आपला संसार सुखाचा व्हावा ही जबाबदारी देवावर किंवा नशिबावर लोटून चालत नाही.

•••

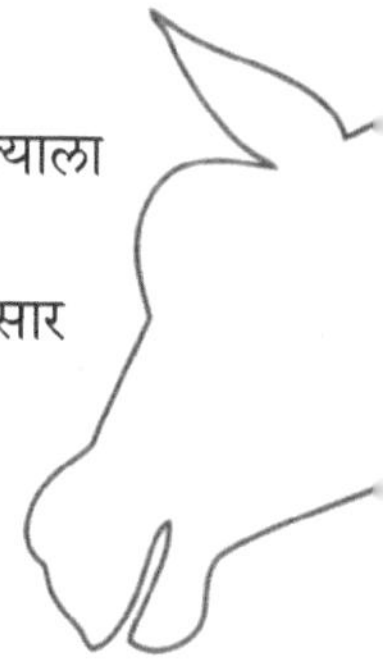

सावली

माणूस कितीही मोठा झाला तरी तो कुणाला सावली देऊ शकत नाही. मुळात माणूस स्वतः काय देऊ शकतो? आजारी माणसाला फळसुद्धा एखाद्या झाडाचं तोडून देतो. देवाला दिलेला नारळसुद्धा तोडलेला असतो. स्वतः माणूस सोबत देऊ शकतो, खांदा देऊ शकतो, हात देऊ शकतो, कष्टात साथ देऊ शकतो; पण कितीही उंची गाठली तरी सावली देऊ शकत नाही. एकदा आपल्याला सावलीचं महत्त्व कळलं की उंचीचं महत्त्व उरत नाही. वड, पिंपळ, उंबर काही नव्या अशोकासारखे उंच नसतात. कंपाउंडसमोर असलेला विदेशी अशोक किंवा तशी शोभेची उंच झाडं सावली देत नाहीत. अगदी तीस-चाळीस मजली डब्यासारख्या इमारतीसुद्धा! त्यांची उंची असते फक्त. सावली मात्र अगदी बाभूळ आणि कडूलिंबसुद्धा देतात.

तुमचं मत काय?

एखाद्या दिवशी नवऱ्याने स्वतःच्या मनाने भाजी आणली तर बऱ्याचदा बायका म्हणतात, ''हे काय घेऊन आलात? तुम्हांला साधी मेथीची जुडी आणता येत नाही. तुम्हांला भाजीतलं काही कळत नाही. तुम्हांला सगळेच फसवतात.'' थोडक्यात काय; तर आपल्याला नवऱ्याला लोक फसवतात असं बायकांना वाटतं. पण यातल्या खूप बायका मतदानाची वेळ येते तेव्हा वेगळ्याच असतात. मत देताना आपल्या नवऱ्याची फसवणूक होऊ शकते याची त्यांना शंकाही येत नाही. उलट, खूप बायका अजूनही नवऱ्याला विचारतात, ''कुणाला मत देऊ?'' आता, ज्या नवऱ्याला मेथीची भाजी निवडता येत नाही, त्याला बायका आमदार किंवा खासदार निवडायचा सल्ला कसा काय विचारतात? पण अजूनही काही बायका पुरुषांना विचारूनच मतदान करतात.

चर्चा करायला हरकत नाही; पण निर्णय स्वतः घेतला पाहिजे. कधी-कधी वाटतं, ज्या दिवशी बायका स्वतः निर्णय घेतील, त्या दिवशी खऱ्या अर्थाने लोकशाही रुजेल. आणि ज्या दिवशी लोकप्रतिनिधी म्हणून निवडून आलेल्या महिला केवळ घरात बसून सही करण्यापुरत्या 'सहीबाई' न राहता विकासाचे निर्णय स्वतः घेतील, त्या दिवशी लोकशाही खऱ्या अर्थाने समृद्ध होईल. स्त्रियांच्या विचारात बदल होतोय; पण तो आणखी वेगाने झाला पाहिजे.

•••

किती बोलणार?

एक अतिशय लोकप्रिय आणि उत्तम वक्ते होते. त्यांच्या भाषणांना गर्दी व्हायची. लोक त्यांच्या बोलण्याची नक्कल करायचे. एकदा त्यांना एका पत्रकाराने विचारलं, की ''तुम्ही भाषणाची तयारी कशी करता?''

वक्ते म्हणाले, ''भाषण किती वेळाचं आहे, त्यावर माझी तयारी अवलंबून असते. मला दोन तासांचं भाषण करायचं असेल तर मी काहीही तयारी करत नाही. जे मनात येईल ते बोलत जातो. दोन तास कसे निघून जातात कळतही नाही. अर्ध्या तासाचं भाषण असेल तर तयारी करायला मला अर्धा दिवस लागतो. आणि दहा मिनिटांच्या भाषणासाठी मात्र मला एक-दोन दिवस तयारी करावी लागते. परंतु मला फक्त दोनच मिनिट बोलायचं असेल तर मात्र मला खूप टेन्शन येतं. कारण दोन मिनिट बोलायचं असलं तर माझा आठवडाभर तरी जातो तयारीत. कारण आपण दोनच मिनिट बोलणार असू तर लोक काळजीपूर्वक ऐकत असतात.''

सारखी बडबड करणारी, भाषणं ठोकणारी माणसं काय बोलतात, ते लोक फार गांभीर्याने घेत नाहीत. पण जे कमी बोलतात, थोडक्यात बोलतात, त्यांचं बोलणं लोक मनावर घेत असतात. कारण तासभर पाल्हाळ न लावता थोडक्यात गोष्ट सांगण्याएवढी तयारी केलेली असते अशा लोकांनी.

अर्थात, राजकीय दृष्टीने विचार केला तर असे शेकडो नेते आठवतात जे वर्षानुवर्षं तेच-तेच बोलत असतात. तरीही त्यांच्या भाषणांना गर्दी असते... तरीही ते निवडून येत असतात. मग असा समज होऊ शकतो की, खूप बडबड करणारी, लांब भाषण ठोकणारी माणसं भारी! पण राजकारण हे अपवाद आहे.

आपला देश, जिल्हा, तालुका राजकारणी चालवत नाहीत. त्यासाठी असंख्य अधिकारी काम करत असतात. प्रशासकीय यंत्रणा असते. आपल्याला मिळणाऱ्या सोयी आणि होणारा मनस्ताप या दोन्ही गोष्टीला हे अधिकारी कारण असतात. यांना भाषणं ठोकायला वेळ नसतो. तुरळक अपवाद वगळता काही अधिकारी काम कमी

आणि भाषण जास्त करतात. अधिकारी होण्यासाठी शिक्षणाची पात्रता म्हणूनच जास्त आहे. आयएएससारखी परीक्षा त्यांना पास व्हावी लागते. यूपीएससी किंवा एमपीएससी पास व्हावी लागते. त्यांना राजकारण्यांएवढा वेळ नसतो.

मुळात अधिकारी आणि राजकारण्यात गाडीच्या ड्रायव्हिंग सीटवर बसलेल्या आणि मागे बसलेल्या माणसाएवढा फरक आहे. ड्रायव्हिंग सीटवर बसलेल्या माणसाला कायम दक्ष राहण्याची गरज असते. उलट, मागे बसलेला माणूस गप्पा मारत राहू शकतो. ड्रायव्हिंग करणाऱ्याला गरज नसताना ड्रायव्हिंगबद्दल सल्ले देऊ शकतो.

यातली सगळ्यांत महत्त्वाची गोष्ट ही असते की, जर देशाची गाडी असेल तर ड्रायव्हिंग सीटवरचा माणूस काय आणि मागे बसलेला माणूस काय; दोघेही गाडीचे मालक नसतात. परंतु बऱ्याचदा देशाचा गाडा हाकणारे अधिकारी किंवा नेते स्वतःला मालक समजून वागू लागतात. अशा देशाच्या प्रगतीचा वेग नेहमी मंद असतो.

•••

फिल्टर

मोबाईल कॅमेरामधलं फिल्टर ही एक अतिशय फसवी गोष्ट आहे. आपण आहोत तसे दिसू नये म्हणून हे फिल्टर असतात. साधी सरळ माणसं पांढरीफटक दिसू लागतात. ते काही गोरेपण नाही. काळे स्पॉट आपोआप काढणारे फिल्टर. चेहऱ्यावरचा तीळ पण नको का? आणि हे असं खोटं-खोटं सुंदर का दिसायचं? आणि मुळात ते सौंदर्य आहे का? आपण जसे आहोत तसे दिसू नये असं वाटणं किती विचित्र आहे. हे आपल्या नकळत आपल्या आत्मविश्वासाचं खच्चीकरण आहे याची आपल्याला जाणीवही होत नाही. गोरेपणा आपल्यावर लादला जातो. फिल्टर आपल्या फोटोला बदलू लागतात. मुलंमुली मात्र तजेलदार नाही, प्लास्टिकसारख्या दिसू लागतात... मेणाची पॉलिश केलेल्या सफरचंदासारखी!

सगळ्यांनी एकसारखं दिसण्याची स्पर्धा निर्माण केली गेलीय. पोळ्याच्या मातीच्या बैलासारखे आपण साचेबद्ध होत जातो. जाहिरातीतल्या नटीसारखं होऊ पाहणाऱ्या मुली, खेळाडू किंवा अभिनेत्यासारखा दिसण्याचा प्रयत्न करणारे मुलं. खेळाडू आपल्याला व्यायामाबद्दल किंवा खेळातल्या सरावाबद्दल बोलताना दिसत नाहीत. तेंडुलकर, कोहली मैदानावर टिकण्यासाठी काही बोलत नाहीत. ते फक्त वस्तू विकण्यासाठी बोलत असतात. त्यांना वाटतं ते स्वतःचा चेहरा विकताहेत. पण ते चाहत्यांच्या प्रेमाला विकत असतात.

शाहरुख, अक्षयकुमार गुटखासुद्धा विकू लागतात. रमी खेळायलाही सांगतात सेलिब्रिटी. यापेक्षा वाईट गोष्ट काय असेल? पण हे सगळं या लोकांकडून घडवून घेतलं जातं. आणि हेच फिल्टर आहे.

एकदा सेलिब्रिटीच्या फिल्टरमधून गोष्ट पाहिली की ती आपल्यावर परिणाम करते. तिची खरी योग्यता आपण विसरतो. मुलांना आपल्या आईच्या हातचं खाणं आवडत नाही. ते तोंडावर आईने वाढलेलं ताट नाकारतात. बाजारातल्या पिझ्झा-बर्गरसारख्या गोष्टी मागू लागतात. मग काही वर्षांनी आईबापसुद्धा तक्रार करणं सोडून देतात. मॅगी घराचा ताबा घेते. पूर्वी आजी-आजोबा फिल्टर होते. त्यांच्याकडून विरोध व्हायचा.

साधा पाव खायला विरोध करायचे घरातले मोठे लोक. पण आता आजी-आजोबा घरातच राहिले नाहीत तर विरोध कुठून राहणार?

नको त्या गोष्टींचा घरातला वावर फ्रीझने वाढवला. ब्रेड, बटर, जॅम फ्रीझचा आवश्यक भाग झाले. त्यात गेली कितीतरी वर्षं सडपातळ दिसण्याचा आजार वाढलाय. साईझ झिरो! हे वेड आज शेकडो-कोटी रुपयांचं मार्केट झालंय. जेवण सोडून सप्लीमेंट घेतात लोक!

खरंतर जगात कुठल्याही प्रदेशात आपल्या आसपास उगवणारी धान्यं, भाज्या हा आहार होता, उत्तम आहार होता. पण आता परदेशातल्या भाज्या हव्या असतात. रंगीबेरंगी शिमला मिरची, चीनमध्ये कृत्रिम वाढ होणारी फळं, वनस्पती. पुढच्या पिढ्या मनीप्लांट आपल्या संस्कृतीचा भाग आहे असं म्हणतील. फेंगशुईच्या नावाने चीनने किती गोष्टींचं मार्केट तयार केलं! आपल्याही नकळत किती सहज झालं हे! एका देशाने आपल्याला मूर्खात काढलं. वास्तूसाठीच्या बांबूपासून शोभेच्या वनस्पतींपर्यंत सगळं चीन निर्यात करतो. आपण 'तुळस पवित्र असते' असे म्हणत या वनस्पती खिडकीत, टेबलवर, भिंतींवर लावत सुटतो. चीन कधी आपल्या घरात घुसलाय ते समजलंही नाही.

•••

आयडॉल

आपण व्यक्तिपूजेत रमणारी माणसं. आपल्याला सतत कुणीतरी मोटिव्हेट करणारा पाहिजे... प्रेरणा देणारा पाहिजे... आदर्श पाहिजे. खेळ, कला, शिक्षण, राजकारण प्रत्येक क्षेत्रांत आपण असे कुणीतरी देव निर्माण करतो. त्यांना आपण माणसापेक्षा खूप वेगळा दर्जा देतो. मग आपल्याला असं वाटू लागतं की, आपल्या आवडत्या खेळाडूनंतर खेळ संपणार... आपल्या आवडत्या अभिनेत्यानंतर चित्रपटसृष्टी संपणार! असं काही होत नसतं. पण पेलेच्या चाहत्यांना नव्या खेळाडूंवर विश्वास वाटला नाही. मेस्सीच्या चाहत्यांना दुसरा कुणी चांगला खेळेल असं वाटत नाही. असं कुणी टोकाचं आवडू लागणं नेहमीच चांगलं नसतं, धोकादायक असतं.

आपल्याला खेळ आवडणं वेगळी गोष्ट आहे. आपल्याला खेळातले पाच-दहा खेळाडू आवडणं उत्तम गोष्ट आहे. पण आपल्याला एकच खेळाडू आवडतो, त्याच्याशिवाय खेळात काही मजा नाही, असं वाटतं म्हणजे घोळ आहे. काही लोकांमध्ये हे एकाच खेळाडूवरच्या प्रेमाचं वेड एवढं टोकाला जातं, की ते इतर खेळाडूंचा द्वेष करू लागतात. त्यांच्यावर घाणेरडे विनोद करू लागतात. असंच काहीसं राजकारणात होऊ लागतं. आपल्याला आवडणाऱ्या नेत्याचा विरोधक शत्रू वाटू लागतो. त्याच्यावर भलतेसलते विनोद ऐकायला, सांगायला गंमत वाटू लागते. हळूहळू ही कृती विकृतीकडे वळू लागते. आपल्याला वाटतं की, आपलं आपल्या आयडॉलवर प्रेम आहे. पण ते चूक असतं.

आपलं आपल्या आयडॉलच्या शत्रूबद्दल वाईट बोलणं, अफवा पसरवणं कशाचं लक्षण आहे...? आपण नॉर्मल नसण्याचं? नाही. आपला आयडॉलसुद्धा नॉर्मल नाही याचं. आपल्याला एखाद्या व्यक्तीवरच्या प्रेमातून दुसऱ्या कुणाचा द्वेष करावासा वाटत असेल तर आपला आयडॉल नक्कीच चुकलाय.

•••

पुतळे आणि आपण...

जे जे नेते विस्मरणात गेले आहेत, त्यांचा इतिहास माहीत करायचा असेल तर त्यांच्या पुतळ्याचा काहीतरी घोळ झाला पाहिजे. दुर्दैवाने या देशात पुतळे उभारून जेवढा इतिहास कळत नाही तेवढा पुतळे तोडून कळतो. जगात सगळ्यांत जास्त पुतळ्यांचा देश असेल आपला! आणि पुतळे असे, की ज्यांचा माणसाला काही उपयोग झाल्याचा एकही पुरावा नाही. तसं असतं, तर या देशात कधी पुतळ्याची विटंबना झालीच नसती.

आपल्या देशात आधीच भरपूर थोर लोक होऊन गेले आहेत. त्यांचे पुतळेसुद्धा खूप झाले आहेत. परंतु पुतळे आता पत्ते झाले आहेत.

पुतळे अमुक ठिकाणी जायचं असेल तर पोहोचायला सोपं जावं या कामी येतात.

पुतळे पगारवाढ किंवा जातीचे मोर्चे काढायचे असतील तर सुरुवातीचं जमण्याचं ठिकाण म्हणून कामी येतात.

बऱ्याच ठिकाणी टवाळखोर पोरांचा जमायचा अड्डा असतो तो.

बऱ्याच ठिकाणी ट्रॅफीकची समस्या असतात पुतळे.

बऱ्याच ठिकाणी कबुतरांचे आणि कावळ्यांचे अड्डे असतात पुतळे.

चौकाचं नाव असतात पुतळे.

कधी भटक्या कुत्र्यांचं गाव असतात पुतळे.

आरडाओरडा आणि घोषणांचं ठिकाण असतात पुतळे.

गर्दीत हरवलेले निरागस मूल असतात पुतळे.

तुम्हांला शहरातलं सगळ्यांत जास्त हवेचं प्रदूषण, ध्वनीचं प्रदूषण कुठे आहे हे तपासायचं असेल तर पुतळ्याभोवती तपासा. तुम्ही कुठल्याही चौकातल्या पुतळ्यासमोर दहा मिनिटं उभे राहून दाखवा. वैताग येईल. असं वाटेल की, मागच्या जन्मीचं काहीतरी पाप असेल. नाहीतर एवढ्या धुळीत, उन्हातान्हात, पावसापाण्यात ताटकळत वर्षानुवर्षं उभं राहणं कुणाला आवडेल का?

रात्री पुतळ्याभोवती खूप डास असतात. कदाचित ते एकमेकांशी बोलत असतील. जन्मभर ज्याने रक्त आटवलं त्याचा पुतळा होतो, आणि आपण पुन्हा त्याच्याच भोवती

गुणगुण करायची हे बरं दिसत नाही. पुतळ्यावर आपटून जखमी झालेल्या, रक्त न मिळाल्याने अस्वस्थ झालेल्या या डासांनी एखाद्या रात्री पुतळे उभे करणारे लोक शोधून हल्ला करायचा ठरवलं तर... असे खूप विचार येतात.

पुतळ्यांचे विचार सोडले तर बाकी सगळे विचार करतो आपण. आपण पुतळ्यावर जेवढा विचार करतो तेवढा पुतळ्यांच्या विचारांचा करत नाही. आपण पुतळे उभे करण्यासाठी जेवढा खर्च करतो त्याच्या दहा टक्के जरी खर्च पुतळ्याचे विचार अमलात आणण्यासाठी केला तर...? आपण पुतळ्याभोवती जेवढी रोशणाई करतो त्यातल्या एखाद्या छोट्या बल्बएवढा जरी प्रकाश आपल्या डोक्यात पडला तर...? पुतळा बसवून आपण परिसर बदलतो, पण पुतळ्यापाशी बसून आपण बदलतो का?

आपण म्हणजे 'आपला देश असा आहे' असं नाही. सगळे असेच आहेत. अफगाणिस्तानात काय झालं? त्या युक्रेनने तर हजारएक पुतळे तोडले लेनिनचे.

पण, आपण स्वतःला प्रामाणिकपणे विचारलं पाहिजे. एकदा ज्या देवावर विश्वास आहे त्या देवाची शपथ घेऊन बघा. आपण आपल्याच महापुरुषांबद्दल अफवा ऐकत तरी असतो, नाहीतर सांगत तरी असतो. दुसऱ्या जातीच्या माणसाची कधीच चेष्टा केली नाही, एकदा तरी दुसऱ्या जातीबद्दल खवचट बोलले नाही अशी किती माणसं आहेत या देशात?

कोट्यवधी समाजसुधारकांचे पुतळे असून समाज म्हणून आपण एवढे मागास का? याचा विचार करायची वेळ आलीय असं वाटत नाही का? पेशंट बरा झाला नाही की लोक काही दिवसांनी 'डॉक्टर वाईट आहे' असं म्हणू लागतात. अगदी तसंच आपल्या समाजाची अधोगती अशीच चालू राहून पुतळ्याला तर दोषी धरणार नाही ना आपण? 'या महापुरुषांची शक्ती संपली', असं तर म्हणणार नाही ना? गल्लीच्या प्रत्येक वळणावर विचारवंतांचे पुतळे असताना गल्लीत एवढं वैचारिक दारिद्र्य का?

आपण सगळी जबाबदारी पुतळ्यांवर टाकून मोकळं होतोय. फक्त पुतळ्यांची संख्या वाढतेय आणि विचारवंतांची कमी होतेय. देव जेवढा श्रीमंत असेल तेवढे देवळाभोवती भिकारी जास्त असतात. तसे आपले महापुरुष विचारांनी खूप श्रीमंत आहेत आणि त्यांच्याभोवती मेंदू गहाण ठेवलेले लाखो आहेत. आपले संत 'सकळ सोयरे त्रिभुवन' म्हणायचे. मार्क्स तिकडे बसून आपल्या देशातल्या १८५७च्या उठावावर लिहित असायचा. त्याला काय देणंघेणं होतं? माणसं खूप आधीपासून जगाची चिंता करतात. आपली माणसंही अशीच होती. संकुचित नव्हती. ती माणसं गेली कुठे?

आठवतं... लहानपणी आपण एक खेळ खेळायचो. कुणी जास्त पळायला लागला की त्याला बोट दाखवायचो आणि 'स्टॅच्यू' करायचो. तो कितीही पळत असला तरी जागच्याजागी थांबायचा... थिजल्यासारखा, पुतळ्यासारखा. मग आपण खूप वेळ त्या स्टॅच्यूला बघत बसायचो. तो काही बोलू शकायचा नाही. त्याला खूप काही सांगायचं असायचं. परंतु आपली ऐकण्यापेक्षा गंमत बघण्याची इच्छा असायची. आपल्याला ज्ञान नको, मनोरंजन हवं असतं. आपण आपल्याला कशी जादू येते चांगल्या-चांगल्याचा स्टॅच्यू करायची, या आनंदात मग्न असायचो. पण आता हे स्टॅच्यू स्टॅच्यू खेळणं आपण थांबवायला पाहिजे ना? कारण आपण आता लहान नाही राहिलो.

•••

ढग

जून महिना सुरू होतो. शेतकरी आभाळाकडे टक लावून पाहू लागतो... हवामान खात्याचा अंदाज पुन्हा कान देऊन ऐकू लागतो... ढग दिसायला लागतात... शेतकऱ्याच्या डोळ्यांत आशा दिसू लागते... पेरणीचा उत्साह दिसू लागतो... कंबर कसून कामाला लागायची तयारी सुरू होते. कारण ढग दिसू लागलेत. शेतकरी मनात म्हणतो, हवामान चांगलं दिसतय या टायमाला!

तिकडे चार-पाचशे किलोमीटर दूर आकाशात एक विमान जातंय. विमानात बसलेल्या लोकांच्या पोटातलं पाणीसुद्धा हलत नाही. अचानक ढग दिसू लागतात. दाटलेले ढग पाहून पायलट सूचना देतो – 'मौसम खराब होने के कारण कुर्सी की पट्टी बांध ले.'

ढगच आहेत; पण गावातल्या माणसासाठी वेगळे आणि शहरातल्या माणसासाठी वेगळे!

सावधान! सावधान!

एका मोठ्या मराठी उद्योगपतीने मुलाखतीत सांगितलं होतं, 'त्याच्या कंपनीत कामाला असणाऱ्या इंजिनिअरचे लग्न जमत होते. कारण त्यांना नोकरी होती. पण कंपनीचा मालक असलेल्या त्या उद्योगपतीला कुणी मुलगी द्यायला तयार नव्हतं. कारण काय? तर, त्याला पर्मनंट नोकरी नाही. कंपनी असली म्हणून काय झालं? ती उद्या बुडाली तर...?' आता काय बोलणार!

मराठी माणसाला उद्योगधंद्याला प्रोत्साहन देणारी एखादी यंत्रणासुद्धा एवढ्या वर्षांत उभी होऊ शकली नाही. बहुतेक वेळा दिल्लीने लादलेल्या माणसांना आपला नेता म्हणायची वेळ आली. दक्षिणेतल्या राज्यात अशी प्रथा नव्हती. अजूनही फारशी नाही. कारण, भाषा, प्रांत याबाबतीत असलेली एकी!

देशासाठी एकत्र येताना पहिली परीक्षा असते, तुम्ही तुमच्या तुमच्यात एकी दाखवू शकता का? आपण आपसात एकत्र यायला नेहमी कमी पडतो. एकत्र येणे म्हणजे इतर प्रांतांचा द्वेष करणे नाही. एकी असणे म्हणजे, इतर प्रांतांच्या लोकांना विरोध करणे नाही. एकी असली की आपल्या समस्या कळतात. एकीकडे लाखो परप्रांतीयांना रोजगार देणाऱ्या राज्यात कुपोषण आहे, याच भानही कित्येकांना नाही. 'फडणवीस का ठाकरे?' या प्रश्नावर भांडणारे आपण; पण आपल्याला लाखो बेरोजगार तरुणांची, लाखो बेरोजगार शिक्षकांची, लाखो कंत्राटी कर्मचाऱ्यांची, लाखो स्पर्धा परीक्षेची वाट पाहणाऱ्या तरुणांची काहीच पडलेली नाही. त्यांच्यासाठी कुणी भांडायचं? त्यासाठी एकी पाहिजे? प्रश्न ठाकरे, पवार, की फडणवीस हा नसला पाहिजे. प्रश्न 'नोकरी का उद्योगधंदा?' हा असला पाहिजे. आणि दोन्हींपैकी एकतरी उत्तर मिळालं पाहिजे. असे विचार कायम आपल्या सगळ्यांच्या डोक्यात येत असतात.

काळोखाच्या साम्राज्याला तीट लावून भागणार नाही.
दृष्ट लागली परक्यांची तरीही का तू जागणार नाही?
ऊठ मराठ्या, क्षितिज बघ तुला साद देत आहे.
सावधान! सावधान! वणवा पेट घेत आहे.

मरहट्ट्याच्या नशिबी जरी दुहीची मेख आहे.
फितुरांना सांग ओरडून, मी शिवबाचा लेक आहे.
फक्त एक ठिणगी हवी, जी बस तुझ्यात आहे.
सावधान! सावधान! वणवा पेट घेत आहे.

•••

दाद!

आपण एखादी चांगली गोष्ट ऐकली की दाद देतो. गाण्याला चांगली दाद मिळाली असं म्हणतो. पण या दाद शब्दाचा अर्थ आहे तक्रार. मुस्लीम राजवटीत दरबाराबाहेर लोकांच्या तक्रारी ऐकून बादशहापर्यंत पोचवणाऱ्याला दाद घेणारा किंवा दाद देणारा म्हणायचे. त्या माणसाला आपली तक्रार सांगितली की दाद दिली असं म्हणायचे. पण पुढे या शब्दाचा अर्थच बदलून गेला. दाद म्हणजे तक्रार असं न म्हणता कौतुक असा नवाच अर्थ आला. कदाचित नंतर नंतर सरकार दरबारी तक्रार ऐकून घ्यायची सवय मोडली असावी. सरकारला फक्त कौतुक ऐकायचं असतं असा लोकांचा समज झाला असावा. म्हणून आपण तक्रारीला दाद म्हणायच्या ऐवजी कौतुक म्हणायला लागलो.

ज्यांना सतत उठता बसता लोकांची दाद हवी असते त्यांनी दाद या शब्दाचा खरा अर्थ लक्षात ठेवला पाहिजे.

होऊ द्या खर्च!

आपल्याकडे आमदार, खासदार किंवा नगरसेवक कुणी असो; काही गोष्टी कॉमन असतात. सगळे 'कार्यसम्राट' असतात. हा शब्द वापरायचं नेतेलोक धाडस तरी कसं करतात. काय माहीत? कुणीही कार्यसम्राट ही पदवी आपल्या नावाला लावून घेतो.

खरंतर आपल्या देशात रस्ते, पाणी, वीज, स्वच्छता, शिक्षण या बाबतीत अजूनही किती तक्रारी आहेत. हायवे सोडले तर गावोगाव रस्त्यांची अवस्था आपण बघतो. हजारो खड्डे असलेल्या रस्त्यांवर कार्यसम्राट नेत्यांचे भलेमोठे होर्डिंग पाहताना हसावं का रडावं कळत नाही. खड्ड्यांमुळे आपली फक्त पाठ दुखत असते. पण होर्डिंग पाहून डोकंसुद्धा दुखू लागतं. अशा नेत्यांची आपल्या आसपास कमी नाही. आपण सगळे गावोगावी फिरतो ते योजना बघण्यासाठी; परंतु दुर्दैवाने आपल्यावर वेदना बघायची जास्त वेळ येते. विकासाच्या नावाने पिढ्यान्‌पिढ्या भकास होत जाणारी गावं आणि शहरं दिसत राहतात. ती वेदना मनात साचत राहते. मग नकळत सुचत जाते –

दमदार तुम्ही आमदार
चालू द्या दमानी
कामं आधी पुरी होऊ द्या
मंग खुशाल लावा कमानी

आपल्याकडे होर्डिंग आणि कमानी यांची स्पर्धा आहे. चांगल्या योजना, ग्रंथालये, दवाखाने, तलाव उभे करण्यापेक्षा कमानी उभ्या करून अजरामर होण्याची नेत्यांची स्पर्धा चाललेली असते. दुर्दैवाने त्या कमानी कुणाला सावलीसुद्धा देऊ शकत नाहीत. परंतु गावोगावी तुम्हांला अशा कमानी दिसतील. शौचालय नसलेल्या गावात हजारो रुपये खर्चून कमानी उभ्या केलेल्या दिसतात. शाळेची इमारत कोंडवाड्यासारखी असते. पोरांना बसायला जागा नसते. आणि खर्च ग्रामपंचायतीच्या सभागृहावर होत असतो. सरपंचाच्या खुर्चीपेक्षा शाळेतल्या शिक्षकाची खुर्ची, मुलांचे बाक चांगले असले पाहिजेत. कारण उद्याचा भारत शाळेत घडत असतो. ज्या गावच्या शाळेत

मुलांना वाचायला चांगली पुस्तकं नसतात, तिथली नेतेमंडळी साक्षर असतील; पण सुशिक्षित म्हणण्यासारखी नसतात. आपल्याच कमानी, आपल्याच आरत्या ओवाळून घेणारी माणसं लोकांची दुःखं समजून घेऊ शकत नाहीत.

तुमचेच बार आणि कॉलेज तुमची
कल्याण केलं तुम्ही घरचं
जरा गावासाठी, जरा नावासाठी
आता होऊ द्या खर्च

'गावासाठी खर्च होऊ द्या' असं सांगायची वारंवार वेळ येते. कुणालाही असं वाटत नाही, की आजवर सरपंच, नगरसेवक, आमदार, खासदार, मंत्री वगैरे लोकांच्या वैयक्तिक खर्चासाठी किती पैसे खर्च झाले आहेत, याचा हिशेब करावा. त्यामानाने आपल्या मतदारसंघाचा विकास किती झाला याचा ताळेबंद मांडावा? पाच वर्षांत आपल्या नेत्याची जेवढी प्रगती झाली त्यामानाने आपली सामान्य नागरिक म्हणून काय प्रगती झाली? नेत्याच्या संपत्तीत हजारो पटीने फरक पडतो. नागरिकांच्या? हा हिशेब मतदार म्हणून कधी करणार आपण?

अहो नळ आले दारी दहादा
त्याला पाणी येईल का नाही हो?
मरण आलं वाट पाहून
ते धरण होईल का नाही हो?

आपण वाट बघतो. काही ठिकाणी पाइपलाइनसाठी फक्त खड्डे खोदतात. त्यात पाइप टाकलेच जात नाहीत. फक्त खर्च दाखवला जातो. जिथे पाइप टाकले जातात तिथे पाणी येत नाही. फक्त नळ बदलले जातात. जेसीबीने मोठमोठे खड्डे... पाणी येणार कुठून? फक्त गुत्तेदारांची कमाई होते. गावकरी प्रेक्षक असतात.

रोजगार हमी योजनेसारख्या चांगल्या योजनेचासुद्धा नेत्यांनी विनोद करून ठेवला. जुन्या, जाणत्या चांगल्या नेत्यांनी केलेल्या चांगल्या कामावर, योजनांवर बोळा फिरवलाय. महात्मा गांधी आज असते, तर शंभर टक्के 'खेड्याकडे चला' असं म्हणाले नसते. इतकी गावांची वाईट अवस्था केलीय. सगळे पक्ष सारखेच गुन्हेगार आहेत. 'सब घोडे बारा टक्के!' आणि प्रत्येक पक्ष, विचारसरणी ज्या महापुरुषांच्या आठवणी सांगून मतं मागतात त्यांची काय अवस्था आहे? गावोगाव उभ्या किती पुतळ्यांना बघावं वाटतं? कित्येक महापुरुष बघावे वाटत नाहीत इतके विद्रूप पुतळे बनवले जातात. हा त्या महापुरुषांचा सन्मान नाही, अपमान आहे हेसुद्धा लोकांना कळत नाही. नेते आपल्या आईबापाच्या पुतळ्यावर जेवढा खर्च करतात तेवढा महापुरुषांच्या पुतळ्यावर

का करत नाहीत? यांच्या घराण्यातल्या कुठल्या माणसाचा पुतळा असा केविलवाणा दिसतो?

पुतळे झाले गावोगाव
पण माणूस उरलं का नाही हो?
जरा गावासाठी, जरा नावासाठी
आता होऊ द्या खर्च

'होऊ द्या खर्च' हा आपल्यासाठी विनोद असतो, पार्टीचा विषय असतो. पण कुठल्याच राजकीय पार्टीला गावासाठी, तालुक्यासाठी, जिल्ह्यासाठी, राज्यासाठी, देशासाठी होणाऱ्या खर्चाची काळजी नाही. किती लाख-कोटी विकासासाठी खर्च झाले आहेत, आणि नेमका किती विकास झालाय, याचा आपल्यालाही पत्ता नाही. तेंडुलकर आणि कोहली यांनी किती धावा केल्या आहेत याचा हिशेब आपण अचूक ठेवतो. पण आपल्या आमदार-खासदाराने काय काम केलंय याचा आपल्याकडे हिशेब नाही. शाहरुख-सलमानचे किती सिनेमे किती कोटी कमवतात, हे आपल्याला तोंडपाठ आहे. पण आपल्या गावात किती कोटी वाया गेले आहेत, या गोष्टीकडे आपण लक्ष दिलेलं नाही. लिहिण्यासारखं खूप आहे. पण गाण्यातल्या ओळीत थोडक्यात मांडण्याचा मनापासून प्रयत्न केलाय. आपण सगळेच चुकतोय. आपल्याला नेत्यांना दोष देता-देता स्वतःलाही अपडेट करावे लागणार आहे.

लोकशाहीला लावा आग
गावामधी लाईट नसन तं
जनतेचं बी बांधा स्मारक
चांगली कुठं साइट आसन तं
द्या बटाईनी हे राज्य तुम्ही
कंडीशन लई वाईट आसन तं
जरा गावासाठी, जरा नावासाठी
आता होऊ द्या खर्च

•••

हिंसेचं आकर्षण!

'हिंसा' या शब्दाचा आपण खूप एकांगी विचार करतो. कुणीतरी कुणावरतरी केलेला हल्ला आपल्याला हिंसा वाटते. कुणीतरी कुणाचातरी केलेला छळ आपल्याला हिंसा वाटते. पण माणसं स्वतः स्वतःलासुद्धा छळत असतातच की! त्यांचा विचार कुणी करायचा? माझी आजी जे अतिरेकी उपवास करायची त्याचं मला कधीच कौतुक वाटलं नाही. तो तिने चालवलेला छळ होता स्वतःचा. पण तिच्या मनावर असलेला पगडा एवढा मजबूत होता, की तिला कुठलाच नातेवाईक समजावू शकला नाही. तिने तिला माहीत असलेल्या सगळ्या देवांचे उपवास केले. अशी खूप उदाहरण आपल्या भोवती असतात.

आमचा एक मित्र नेहमी फिरायला सोबत येतो. आम्ही सगळे मांसाहारी, तो एकटा शाकाहारी. त्याच्या नजरेत आमच्या ताटातल्या कोंबडीविषयी असलेलं आकर्षण आम्ही ओळखू शकतो; पण, तरीही तो हट्टाने मांसाहार करत नाही. त्याला काहीतरी देवाचं कारण. मुळात त्याला आम्ही खातो ते आवडत असतं. तो 'मला ग्रेव्हीचा वास आवडतो' वगैरे कारणं सांगून आमच्यात बसतो. पण त्याचं असं स्वतःला बंधनात ठेवण्याचं आम्हांलाच खूप वाईट वाटतं.

माणसाचं स्वतःवर नियंत्रण असावं हे मान्य! पण नको त्या गोष्टीत? पाणीच प्यायचं नाही, चप्पलच घालायची नाही, केसच कापायचे नाहीत, असे काही नियम लोक बनवून घेतात तेव्हा अस्वस्थ व्हायला होतं. नकळत कुठेतरी श्रद्धासुद्धा हिंसेकडे वळू लागते.

धार्मिक कारणाने जगभर लोक किती हिंसक होतात, हे आपण बघतोच. आजवर कुठल्या रोगाने किंवा भूकंप-त्सुनामीने गेले नसतील एवढे जीव धर्माच्या नावाने गेले आहेत. हे सगळं या धर्माच्या लोकांनी त्या धर्माच्या लोकांना मारलं एवढं सरळ आहे. पण आपल्याच धर्माच्या परंपरा पाळता-पाळता लोक स्वतःचा किती छळ करतात हेसुद्धा नीट बघायला पाहिजे. कुठलाच धर्म याबाबतीत मागे नाही, हे लक्षात ठेवलं पाहिजे.

सामान्य माणसं हिंसेपासून चार हात दूर असतात, असा आपला समज असतो. म्हणजे मटण आणायला गेल्यावर एक किलो का दोन किलो सांगून रांगेत उभं राहणं,

शक्यतो बोकडाच्या मानेवर सुरी चालवली जात असताना नजर फिरवणं वगैरे. पण त्यानंतर 'चाप देना' किंवा 'लेग पीस देना' अशी मागणी करत मटणाचे बारीक तुकडे करताना बघायला मात्र काही वाटत नाही. त्याबाबतीत आता समाजाची भीड चेपली आहे, असं म्हणायला हरकत नाही.

पण कुणाचा जीव जाताना बघायचं नाही असं ठरवलं म्हणजे आपण हिंसाचारी नाही असं असतं का? किंवा आपण मांसाहारी नाही म्हणजे आपण हिंसाचारी नाही असं असतं का? नशीब! आपल्याच देशाच्या शास्त्रज्ञाने शोध लावलाय, की वनस्पतींनाही जीव असतो. हे ऐकून आपण शाकाहारी आहोत; पण किती हिंसक आहोत असं काहीसं वाटून बर्नार्ड शॉच्या डोळ्यांत पाणी आलं होतं, म्हणे! माणसाने मग एवढं टोकाचं शाकाहारी असलं पाहिजे. परंतु आपण एवढे हळवे होऊ शकत नाही. हळवं असण्याचा थोर अभिनय करण्यात आपण सगळेच पटाईत असतो. कितीही हिंसक घटनेवर आपली प्रतिक्रिया मात्र क्षणिक असते.

प्रिन्स नावाचा मुलगा विहिरीत पडला होता तेव्हा लाखो लोक टीव्हीपुढे बसले होते. काही बायका तर देव पाण्यात घालून बसल्या होत्या. पण हे सगळे लोक जेवायच्या वेळी जेवत होते. कुणाची भूकच हरवलीय असं झालं नाही. अर्थात, असं काही होण्याची गरज होती, असं नाही. पण व्यक्त होताना आपण त्या घटनेएवढेच हिंसक असतो.

कुठलं संकट आलं म्हणून जोरजोरात देवळातल्या घंटा वाजवायच्या ही काय पद्धत आहे? दंगलीसारख्या काळात मशिदीत जोरजोरात भोंगे वाजवायचे हा काय प्रकार आहे? रस्त्यात कुणी कुणाला चाकूने भोसकलेलं पाहून जेवढी दहशत बसत नाही तेवढी दहशत अशा सामूहिक गोष्टींनी निर्माण होते.

औरंगाबादमध्ये मुस्लीम आमदार निवडून आला तेव्हा अशी मिरवणूक काढली गेली, जणू काही या देशात इस्लामी राजवट आली. या गोष्टींनी हिंदू जास्त संतापले. हिंदूंची मिरवणूक निघते त्याने मुस्लीम असुरक्षित होतात. कुठल्याही दंगलीपेक्षा या गोष्टी जास्त हिंसक असतात. कारण दंगलीत इतर धर्मीयांनी एकमेकांना मदत केल्याच्या खूप घटना घडतात. पण असं हिंसेचं अदृश्य सावट असतं तेव्हा कुणीच कुणाची मदत करू शकत नाही. हे सावट किती गडद आहे याचा कुणालाच अंदाज येत नाही.

आपल्याला हिंसेचा तिटकारा आहे हे आपण भासवत असलो तरी हिंसेविषयी आपल्याला सुप्त आकर्षण असतं. आपल्याला ते आकर्षण सतत वाटत राहण्यासाठी आपल्याभोवती काही लोक, काही संस्था, काही गट सातत्याने काम करत असतात.

हिटलर आपल्याला आवडायचं काही कारण नसतं. पण त्याची गोष्ट एवढ्या फिल्मी पद्धतीने आपल्यासमोर आणली जाते, की आपण त्याच्या प्रेमात पडतो. खरंतर हिटलरचं व्यक्तिमत्त्व, त्याची ती मिशी, यात कुठे दरारा आहे? आणि त्याच्या आयुष्याचा शेवट

तर किती दयनीय आहे. तरी तो बाजूला सारून आपल्याला एक वंशश्रेष्ठत्व मिरवणारा हिटलर सांगितला जातो. जातीच्या, घराण्याच्या अभिमानाचं बाळकडू आपल्याला घरीच मिळालेलं असतं. त्यात भर पडते हिटलरसारख्या वंशाभिमानी लोकांची. आणि आपलं घरातून फुकट भेटलेलं बाळकडू आणखी कडू होऊ लागतं.

हिंसा आपल्याला संस्कारात शिकवली जाते. कितीतरी बाप अभिमानाने सांगत असतात की, 'मी मुलाला सांगतो, मार खाऊन यायचं नाही. कुणी एक मारली तर तू दोन मारून ये. मी बघतो बाकीचं.' आता यात कुणी आपल्या मुलाला 'मार खाऊन ये' असं सांगावं असं आपलं म्हणणं नसतं. पण, 'चर्चा करून प्रश्न सोडव' असं कुणी सांगतं का? मुळात असं सांगणं हास्यास्पद वाटतं ना? कारण या गोष्टीवर आपला विश्वास राहिलेला नाही. आपल्याला अमिताभ बच्चन आणि अमरीश पुरी चर्चा करून प्रश्न सोडवताहेत किंवा सलमान खान गुंडांना मार्गदर्शन करतोय हे पटणार नसतं. आपल्याला हाणामारी बघायची असते. त्यामुळे सिनेमावाले वेगवेगळ्या पद्धतीने मारामारी दाखवतात. आपण ती चवीने पाहतो.

आपल्याला आवडणारे संवाद बघा – 'कितने आदमी थे? आदमी तीन और गोली दो!' किंवा 'मैं जहां खडा हूं वहीं से लाइन शुरू होती है.' बहुतेक संवाद बघा आक्रमक असतात. त्यात साहित्यिक मूल्य वगैरे नावाला नसतं. पण त्यातली आक्रमकता आपल्याला भावते. म्हणून सिनेमा एवढा लोकप्रिय आहे.

सिनेमातल्या गाण्यांची भाषा बघा – मार डाला, दिल चीर के देख, तेरी आंखो ने मारा रे, दिल के टुकडे, कम्बखत इश्क, अखियों से गोली मारे... अशी हजारो उदाहरणं देता येतील. ही प्रेमाची भाषा आहे आपली... एवढी हिंसक? मराठीतसुद्धा नजरेचे बाण असतातच, तलवारीसारख्या भुवया आणि नजरेने घायाळ वगैरे. हे हिसंक संस्कार आपल्यावर पद्धतशीरपणे होत असतात. ज्या सिनेमात नटनटी जीव देतात किंवा त्यांचा जीव घेतला जातो, किंवा दोन घराण्यांत एकमेकांचा बदला घेण्याची स्पर्धा लागते ते जास्त आवडतात लोकांना. हळूहळू आपण हिंसा पाहायला सरावतो... त्याचं व्यसन लागतं.

'अमुक जातीच्या किंवा धर्माच्या लोकांना धडा शिकवला पाहिजे,' असं सामान्य माणसं बोलत असतात, ज्यांनी उभ्या आयुष्यात झुरळालाही धडा शिकवलेला नसतो! त्यामुळे एक सुप्त इच्छा असते. फक्त हे काम कुणीतरी करावं आणि आपल्याला ते पाहायला मिळावं, असं बऱ्याच लोकांना वाटत असतं. सोशल मीडियावर असे शूरवीर खूप दिसतात. धर्माची भांडणं झाली की हे लोक युद्धाची भाषा बोलू लागतात. थेट चीनला धडा शिकवायची भाषा! कुणाच्या जिवावर?

टीव्हीवर युद्धाच्या बातम्या बघून सोशल मीडियावर लिहिणाऱ्या लोकांनी आक्रमक होण्याचं प्रमाण खूप वाढलंय हे मात्र मान्य करावं लागेल. हा एक नवीन आजार आहे. रोज कुणालातरी धडा शिकवायची भाषा लोक बोलताहेत. नशिबाने आज त्यांची संख्या कमी आहे. पण ही संख्या वाढायला वेळ लागणार नाही. कारण सोशल मीडियावर आपली आक्रमकता दाखवायला पैसे लागत नाहीत.

गावात जत्रा असली की कुस्त्यांची स्पर्धा असायची. मुख्य पैलवानांची कुस्ती खूप उशिरा असायची. तोपर्यंत जमलेल्या गर्दीसमोर छोटे-छोटे पैलवान लढायचे. त्यांना कुठलंही बक्षीस नसायचं. जिंकला तरी आणि हरला तरी फक्त रेवड्या मिळायच्या.

आज सोशल मीडियावर लाईक मिळतात. या लाईकसाठी काडीपैलवान आक्रमक भाषेत शाब्दिक लढाया करत असतात. ज्याला अजून बारावी पास झाल्याचं सर्टिफिकेट मिळालं नाही तो 'देशभक्त' आणि 'देशद्रोही' असल्याचे सर्टिफिकेट लोकांना वाटत असतो. या सोशल मीडियावरच्या युद्धाने आता विकृतीची सीमा ओलांडली आहे. पूर्वी लोक एकमेकांशी आपल्या विचारसरणीवरून वाद घालायचे. आता आपली विचारसरणी, आपला पक्ष कसा बरोबर आहे, यासाठी खोट्या गोष्टी पसरवायला सुरुवात झालीय. चीन कसा भारताला घाबरला असं तद्दन खोटं पसरवलं जातं. यात आपण स्वतःला फसवतोय हेसुद्धा लोक विसरून जातात.

एक महिला नेता आपल्या पक्षाच्या नेत्याच्या मुलाचा बचाव करताना खोटे फोटो वापरते. एका मुलीच्या चारित्र्यावर शिंतोडे उडवते. एवढी वेळ का आलीय? आपण किती आक्रमक आहोत हे दाखवायच्या नादात आपण किती मूर्ख आहोत हे सिद्ध करण्याची चढाओढ सुरू आहे. सोशल मीडियावरच्या अपप्रचाराने दंगली पेटतील किंवा खरंच युद्ध होईल या भीतीपेक्षा आणखी एक मोठी भीती आता दिसतेय. ती म्हणजे, व्यक्त होण्याची भीती!

खरंतर एकमेकांचा धर्म बुडवायला निघालेले, देश उद्ध्वस्त करू पाहणारे लोक जगात सगळीकडे आहेत. त्यांना हिंसा हवी आहे; पण स्वतः निराळे राहून. सैन्य लढायला पाहिजे, विजय यांच्या नावावर! कार्यकर्ते एकमेकांना जखमी करू देत, निवडणूक हे जिंकणार! हे खूप भीषण आहे.

पण या लोकांच्या हिंसेपेक्षा मला वेगळ्या प्रकारच्या हिंसेचं जास्त दुःख होतं. या लोकांच्या हिंसेत एक विचारसरणी आहे... एक प्रचारतंत्र आहे... एक कारस्थान आहे... त्याला बळी पडलेले कार्यकर्ते आहेत. पण काही लोक जे अशा कुठल्याच कटाचा भाग नसतात ते हिंसेचे बळी होताहेत याचं जास्त दुःख आहे. उदाहरणार्थ, लहान मुलांच्या आत्महत्येच्या प्रमाणात झालेली वाढ. हे असं का होतंय? मुलं एवढ्या

सहजपणे आपल्या आईवडिलांचं स्वप्न असं चिरडून कसं टाकतात? छोटीशी गोष्टसुद्धा त्यांना का सहन होत नाही? कुणी अभ्यास करायला सांगितला म्हणून जीव देतोय, तर कुणी खेळू दिलं नाही म्हणून जीव देतोय. त्या छोट्याशा जिवांच्या डोक्यात आयुष्य संपवण्याचे हिंसक उपाय कसे शिरले?

सगळ्यांत जास्त हेलावून टाकणारी हिंसा आहे ती ही. एका निर्वासित मुलाचा मृतदेह किनाऱ्यावर पडलेला पाहून आपण सगळेच किती अस्वस्थ झालो होतो. मला आजवरचं सगळ्यांत क्रूर आणि करून दृश्य वाटलं ते. तो हिंसाचार जास्त चिंता वाढवणारा आहे. धर्मासाठी, साम्राज्यासाठी लढाया होतात. जीव जातात. पण हेलावून टाकणारी घटना असते शाळेत शिकणाऱ्या मुलांवर होणारा गोळीबार. तो पाकिस्तानात किंवा अमेरिकेत होत असला तरी माणसं एवढी विकृत कशी झाली, हा प्रश्न पडतो.

गेल्या काही वर्षांत शेतकरी आत्महत्या वाढताहेत हे सगळ्यांना माहीत आहे. पण अलीकडे घडणाऱ्या या आत्महत्यांची पद्धत खूप हेलावून टाकणारी आहे, हादरवून टाकणारी आहे. काही शेतकऱ्यांनी थेट विजेच्या तारेला पकडून जीव दिलाय. काही शेतकऱ्यांनी चक्क स्वतःची चिता स्वतःच रचून स्वतःला पेटवून घेतलंय. या गोष्टीने आपण, सरकार जर विचलित होणार नसू तर हे जास्त हिंसक आहे.

आत्महत्या एवढ्या स्वतःला त्रास करून केल्या जाताहेत यामागे काय कारण असेल? काय राग असेल? कुणावर राग असेल... स्वतःवर?... जगावर? स्वतःच्या जिवाचा एवढ्या हिंसक पद्धतीने शेवट का करत असतील माणसं? त्यांचं दुःख किती टोकाचं असेल. आपण अजूनही त्यांचं दुःख ओळखू शकलो नाही. आपल्याला या हिंसेमागचं कारण आधी शोधलं पाहिजे. कारण प्रत्येक वेळी शेतकरी स्वतःचे हाल करून घेईल असं नाही. आपल्याला विचार करावाच लागेल... या हिंसेचं काय करायचं? कारण आपल्या माणसांचे जीव जाताहेत. तिऱ्हाईतपणे बघणारी माणसं नाहीत ती... जगवणारी माणसं आहेत!

•••

पत्रास कारण की...

हरभऱ्याच्या शेतात गेल्यावर कशी खाज सुटते, उसातून फिरताना कसे पात्याचे वार होतात, कापूस वेचताना काय हाल होतात, किंवा आंबा उतरवताना काय कष्ट असतात, हे आपल्याला माहीत नसेल तर त्या विषयावर शहाणपणा शिकवायची गरज नसते. शेतकरी कधी 'या देशात एवढे कमी लोक का कर भरतात?' म्हणून चर्चा करत नाही. मोठमोठे महामार्ग बनतात. प्रकल्प येतात. अचानक लक्षात येतं, की त्या जमिनी एखाद-दोन वर्षांआधी व्यापाऱ्यांनी, सत्तेतल्या लोकांच्या दलालांनी आधीच घेऊन ठेवल्यात. मोबदला त्यांना मिळतो. शेतकरी काही बोलू शकत नाही. एके काळी खुडूक म्हणून विकलेली कोंबडी सोन्याचं अंडे देणारी होती याची जाणीव होते तेव्हा आतल्याआत किती वेदना होत असतील त्याला! पण पिढ्यान्‌पिढ्या हे सुरू आहे. या विषयावर काही वर्षांपूर्वी कवितेसारखं एक पत्र लिहिलं होतं. त्याचं अवधूत गुप्तेंनी गाणं केलं.

पत्रास कारण की, बोलायची हिंमत नाही
पावसाची वाट बघण्या आता काही गंमत नाही
माफ कर पारू मला, नाही केल्या पाटल्या
मोत्यावानी पिकाला ग नाही कवड्या भेटल्या
''चार बुकं शिक'' असं कसं सांगू पोरा
''गहाण ठेवल्यात बापाला का?'' विचार कोणा सावकारा
गुरांच्या बाजारी हिथं माणसा मोल नाही
मी नाही बोललो; पण पोरा तू तरी बोल काही
पत्रास कारण की, बोलायची हिंमत नाही

ढवळ्या, पवळ्या माफी द्यावी तुम्हा लय पिळून घेतलं
पण कोरड्या जमिनीनं सारं पीक गिळून घेतलं
नाही लेकरा भाकर, नाही गुरा चारा
टिपूस नाही आभाळात, गावच्या डोळ्यांत धारा

कर्जापायी भटकून शिरपा गेला लटकून
'दारूपायी गेला' असं लिवलं त्यांनी हटकून
गडी व्हता म्हराठी, पन राजाला किंमत नाही
पत्रास कारण की, बोलायची हिंमत नाही

आई तुझ्या खोकल्याचा घुमतो आवाज कानी
नाही मला जमलं ग तुझं साधं औषध-पाणी
मैलोमैल हिथं कुठं दवाखाना न्हाई
रोगर मात्र सहजासहजी कुटं बी गावतंय आई
शेतात न्हाई कामाचं ते, जीव द्याया आलं कामी
माझं आन् सरकारचं वझं आता व्हईल कमी
मरता-मरता कळलं हिथं शेतकऱ्या किंमत न्हाई
पत्रास कारण की, बोलायची हिंमत नाही

'बोलायची हिंमत नाही' हे सांगणारं हे गाणं. पण शेतकऱ्याला कायम स्वतःसाठी बोलायची हिंमत मिळो यासाठी बोललं पाहिजे. जातीसाठी बोलणारे खूप आहेत, शेतीसाठी बोललं पाहिजे.

•••

गल्लीत गोंधळ दिल्लीत मुजरा!

'गल्लीत गोंधळ दिल्लीत मुजरा' लहानपणापासून पाहिलेल्या, ऐकलेल्या राजकीय चढाओढीचा कोलाज होता. आमच्याकडे एका उमेदवाराने एक आणि दोन रुपयांच्या नोटा नेल्या होत्या अर्ज भरायला. चिल्लरचाही किस्सा ऐकला होता. 'सोन्याची टोपी'चा विनोद आधीच होता. तो योग्य प्रसंगात वापरात आला. 'गल्लीत गोंधळ'मधल्या नारायण वाघसारखे कित्येक कार्यकर्ते गावोगावी आहेत.

मागे एक जण भेटला. तो म्हणाला, ''मी 'गल्लीत गोंधळ'मधला नारायण जसा भेटायला जायचं त्या नेत्याचे फोटो खिशात ठेवतो, तसा मी मोबाईलचं कव्हर वापरतो. ज्या नेत्याला भेटायला जायचं त्या नेत्याच्या फोटोचं कव्हर मोबाईलला लावतो.'' आणखी एक जण माहीत आहे. तो ज्याला भेटायचंय त्याचा फोटो मोबाईलवर स्क्रीनसेव्हर म्हणून ठेवतो. स्टेजवर जाऊन नेत्यांच्या कानात 'चहा आणू का, साहेब?' असं विचारणारे नंतर तोच फोटो 'साहेबांशी चर्चा करताना...' असं लिहून फेसबुकवर टाकतात.

असे असंख्य कार्यकर्ते पाहिलेले आहेत जे आयुष्यभर 'गुलालाला महाग' असतात. गुलालाला महाग म्हणजे, ज्यांच्या अंगाला कधीच गुलाल लागला नाही. जे विजयी झाले नाही. अशा कार्यकर्त्यांना 'ते अडगळीत पडले की काय!' म्हणतात, हे माहितीय? ते कवाच बाद झालं. 'त्याचं खत झालं आसल आता. म्हणजे पुरल्या गेलेल्या वस्तूचं कुजून काही काळाने खत होतं तसं.' आणखी एक वाक्य अशा स्पर्धेतून बाद झालेल्या कार्यकर्त्यांच्या बाबतीत वापरतात – 'त्याचं काय राहिलंय आता? त्याच्यावर पार हारळी उगवली आसल.'

राजकारणात मला नेत्यांपेक्षा कार्यकर्त्यांचं नेहमी कुतूहल वाटत आलंय. कित्येक कार्यकर्ते नेत्यासाठी अंगावर केस घेऊन तुरुंगात गेलेले पाहिले. कित्येक कार्यकर्ते कायम सतरंजी उचलायलाच राहिले. घराणेशाहीमुळे कार्यकर्त्याला फारशी संधी मिळत नाही. बापाच्याही पाया पडायचं, मग पोराच्याही पाया पडायचं हेच त्याच्या नशिबी येतं.

नेत्याने पक्षांतर केलं की सगळ्यांत जास्त हाल होतात ते कार्यकर्त्यांचे. झेंडे बदलणं सोपं असतं; पण माणसाला बदलावं लागणं खूप त्रासदायक असतं. जिभेला सवय पडलेली असते. कित्येक कार्यकर्ते घोषणा देताना चुकतात. आधीच्या पक्षाचे नाव घेतात.

गावोगावच्या लोकांनी प्रचाराला पैसे देऊन आमदार निवडून दिलेला मी पाहिलाय. दुर्दैवाने त्या आमदाराने लोकांचे पैसे परत देणं तर सोडा; लोकांचेच पैसे खायला सुरुवात केली. मागे त्याला रस्त्यात एकटाच पायी चालताना पाहिलं. बरं वाटलं.

एक कार्यकर्ता एकदम भारी आठवतो. त्याच्या साहेबांची एक खास सवय आहे. त्यांना गाडी रस्त्यात बंद पडली की अजिबात आवडत नाही. एकदा साहेबांनी गाडी बंद पडल्यावर रस्त्यातच स्वतःच्या गाडीला लाथा घातल्या. गाडीला काही झालं नव्हतं; पण नेत्याला हेअरलाइन फ्रॅक्चर झालं. तर, साहेबांचा स्वभाव माहीत असलेल्या कार्यकर्त्याने एकदा ठरवून त्यांची गाडी रस्त्यात तीनदा बंद पडायला लावली. साहेब एवढे भडकले, की त्यांनी गाडीची चावी काढून घेतली आणि त्या कार्यकर्त्याच्या अंगावर फेकली. म्हणाले, ''तू दुरुस्त कर आणि वापर. माझ्यासमोर आणू नको ही गाडी.'' कार्यकर्ता आजही ती गाडी थाटात वापरतो.

कार्यकर्ते एकापेक्षा एक नमुने असतात. साहेबांनी ठेवलेल्या बाईबद्दलही त्यांची अस्मिता जागृत असते. साहेबांचा वाढदिवस असला की काय करू आणि काय नाही असं होतं त्यांना. साहेबाच्या वाढदिवसाला एका कार्यकर्त्याने रक्तदान शिबिर भरवलं. हजार बाटल्या रक्त जमवायचा संकल्प केला. दिवसभर हजार लोक मंडपातल्या पलंगावर झोपून गेले. रक्त मात्र पंधराच लोकांनी दिलं होतं. बाकीचे फोटो काढून गेले.

एक कार्यकर्ता एवढा भारी आहे, की त्याने साहेब मंत्री असताना एका महत्त्वाच्या चौकाला स्वतःच्या वडिलांचं नाव दिलं. अजूनही लोकांना प्रश्न पडतो की, चौकाला ज्याचं नाव आहे तो माणूस नेमका आहे कोण?

एका गावातल्या पोराने आमदाराला वर्तमानपत्रात जाहिरात देऊन शुभेच्छा देण्यासाठी बापाची सोन्याची साखळी विकली. सत्कारासाठी साहेबांची गाडी गावच्या रस्त्यावर अडवायच्या नादात एक जण साहेबाच्याच गाडीखाली आला. साहेब कुणाला काही देत नसतात. कार्यकर्त्याला मान देणारे, काम देणारे फार कमी नेते उरलेत.

एका ग्रामपंचायत सदस्य निवडणुकीत पडलेल्या उमेदवाराने चार भाडोत्री गुंड बरोबर घेऊन गावातल्या सगळ्या लोकांकडून वाटलेले पैसे परत घेतले होते. नेते या थराला जातात. कार्यकर्ते प्रामाणिक असले की कायम बेकार राहतात. या कार्यकर्त्यांपैकी कुणी आपल्या नेत्याला धडा का शिकवत नाही? उघड्या डोळ्याने भ्रष्टाचार पाहतो तरी शांत का बसतो? असा प्रश्न पडायचा.

आपल्या साहेबाला इंगा दाखवणारा कार्यकर्ता असला पाहिजे, असं राहून-राहून वाटायचं. तसा स्मार्ट कार्यकर्ता सगळीकडे असतो. पण फार यशस्वी झालेला बघण्यात आला नाही; मनात मात्र होता. तोच 'गल्लीत गोंधळ दिल्लीत मुजरा'मध्ये नारायण वाघच्या रूपात उभा केला. एका कार्यकर्त्याने नेत्याला धडा शिकवावा ही इच्छा मनात होती, ती या गोष्टीत पूर्ण झाली. अजूनही कार्यकर्त्यांचं जग पूर्ण मांडता आलं असं वाटत नाही. पुन्हा नव्याने लिहितोय या विषयावर. बघू. 'हिमालयाच्या मदतीला धावून जाणारा सह्याद्री' म्हणायचं आणि मुख्यमंत्रीसुद्धा दिल्लीच्या आदेशाने निवडायचा हे जोपर्यंत सुरू आहे तोपर्यंत 'गल्लीत गोंधळ दिल्लीत मुजरा'सारखे विषय सुचत राहणार!

•••

दोन तासांचा सिनेमा बघायचा तर आपल्याला फ्रेश चेहरे हवे असतात त्यात!
हिरो हिरोईनचं वजन वाढलेलं नको... चेहऱ्यावर वय झाल्याची खूण नको.
राजकारणात मात्र वर्षानुवर्षं त्याच चेहऱ्यांचा तोच तमाशा बघायला
आपली काही हरकत नसते. आपणसुद्धा कमाल आहोत!

हिरो व्हायचंय का?

चित्रपटात काम करायचं हे स्वप्न कोट्यवधी तरुण-तरुणींचं असतं. डॉक्टर व्हायचंय, इंजिनिअर व्हायचंय असं सांगत असले तरी बरेच जण मनातल्या मनात स्वतःला शाहरुख किंवा करीना कपूर यांच्या जागी बघत असतात. गाणी कानाने ऐकत असतात; मनात मात्र स्वतःच पडद्यावर नाचत असतात. यात चूक काहीच नाही. प्रत्येकाला हिरो व्हावंसं वाटणं स्वाभाविक आहे. पण या हिरो होण्याच्या नादात हजारो लोक झिरो होण्याकडे प्रवास करत असतात, ही दुर्दैवी गोष्ट आहे.

तुम्ही इतर कुठल्याही क्षेत्रात अपयशी झालात तरी तो अनुभव कुठे ना कुठे कामी येतो. पण अभिनयातलं अपयश अवघड असतं, तरी या क्षेत्राचं वेड मात्र झपाटून टाकणारं आहे. त्यासाठी काय-काय नाही करत लोक! त्याला कारणही तसंच आहे. अमिताभ, शाहरुख यांच्या घरासमोर शेकडो लोक जमतात, त्यांना बघायला मिळावं म्हणून! सीमेवर देशाचं रक्षण करणाऱ्या सैनिकाला, शास्त्रज्ञाला किंवा चांगला रस्ता किंवा पूल बनवणाऱ्या इंजिनिअरला बघायला अशी गर्दी होत नाही. खरंतर हेसुद्धा हिरोच असतात. पण आपल्याला हिरो एकच वाटतो. तो म्हणजे सिनेमात काम करणारा. मग लाखो तरुणांना असाच हिरो व्हावं वाटतं. त्यातून जसे काही अफलातून अभिनेते जन्म घेतात तशाच फसवणुकीच्या लाखो कथाही जन्म घेतात.

एक निर्माता चित्रपट काढायचा म्हणून वर्षभर ऑडीशन घेत होता. सिनेमात काम देतो, असं म्हणून शेकडो कलाकारांकडून त्याने पैसे घेतले. नंतर गायब झाला तो कायमचाच. गावोगावचे उत्तम अभिनयगुण असलेले तरुण-तरुणी केवळ योग्य ठिकाणी ओळख नाही म्हणून अशा लोकांच्या नादी लागतात, आणि पैसे आणि वेळ गमावून बसतात. बऱ्याचदा निर्माताच फसत असतो. सिनेमाची काही जाण नसलेले लोक दिग्दर्शक म्हणून मिरवतात. निर्मात्याला ग्लॅमर दाखवून पैसे घालायला लावतात. त्याला बिचाऱ्याला कशाचा काही अंदाज नसतो. असे कित्येक निर्माते दर वर्षी तयार होतात आणि एका चित्रपटानंतर गायब होतात.

मराठी चित्रपटसृष्टीची गंमत अशी आहे की, चित्रपट बनवून द्यायला खूप मराठी माणसं आहेत; चित्रपट विकून द्यायला मात्र एखाद-दुसराच मराठी माणूस सापडेल. हिंदीसारखे आयटम साँग बनवायची निर्मात्यांची खूप इच्छा असते. पण एकदा मराठी चित्रपटाचं संगीत विकलं जातं का, या गोष्टीचा शोध त्यांनी घेतला पाहिजे. आपल्या नात्यातल्या मुलाला किंवा मुलीला संधी देण्यासाठी चित्रपट बनवणाऱ्या लोकांची संख्या कमी नाही. म्हणजे, विचारलं तर साधं नावसुद्धा सांगता न येणारे पोरं या लोकांना हिरो बनवायचे असतात. अशा चित्रपटांची संख्यासुद्धा कमी नाही. आणि या सगळ्या चित्रपटांमुळे 'मराठी चित्रपट चालत नाहीत' असं चित्र मोठ्या प्रमाणावर तयार होतं.

एका शहरात एक दिग्दर्शक ऑडीशन घ्यायला गेले. मुलं-मुली जमले होते. त्यातल्या एका मुलीचे नीट मेकअप करून फोटो काढायचे दिग्दर्शकाने ठरवले. शहरातल्या एका ब्युटी पार्लरमध्ये तिला घेऊन गेले. महागडा फेसपॅक आणि काय-काय सुरू झालं. मुलीने गळ्यातली सोन्याची चेन आणि पर्स दिग्दर्शकाकडे ठेवायला दिली. अर्धा तास नट्टापट्टा चालला होता. नंतर मुलगी बाहेर आली तर दिग्दर्शक केव्हाच पळून गेला होता. चेनही गेली आणि पर्सही गेली. वर पार्लरचे पैसे तिलाच भरावे लागले. बरं, एवढं होऊन दिग्दर्शकाचा साधा नंबरसुद्धा नव्हता कुणाकडे. अशा पद्धतीच्या घटना सर्रास घडत असतात. चित्रपट महामंडळ विनापरवानगी ऑडीशन घेऊ देत नाही. पण छोट्या शहरात या गोष्टी लोकांना माहीत नसतात. कुठल्याही ऑडीशनला आईबाप आपल्या मुलांना घेऊन पोहोचलेले दिसतात. चित्रपटात काम देतो म्हणून अनेक संस्था सुरू आहेत. ज्यात होणारी फसवणूक भयंकर आहे. संपूर्ण देशातून हजारो मुलं चित्रपटात काम करायचं म्हणून घरून पळून येतात. घरीच चोऱ्या करून येतात. मुंबईत संघर्ष करता-करता चुकीच्या मार्गाला लागतात.

मुंबईत काही-काही बिअर बार असे आहेत, जिथे प्रत्येक टेबलवर रोज नवीन सिनेमा बनतो. मुंबईत नवीन आलेल्या माणसाला भूलथापा देऊन पार्टीचा खर्च उचलायला लावला जातो. दुसऱ्या दिवशी नवीन गिऱ्हाईक. 'चला हवा येऊ द्या'सारख्या कार्यक्रमात सिनेमाचे प्रमोशन करायला कुणाला एक रुपया द्यावा लागत नाही. पण या नावावरही पैसे उकळण्याचा प्रयत्न काही भुरट्या लोकांनी केला.

सिनेमात काम करण्याचं अनेकांचं स्वप्न असतं. आपल्या स्वप्नासाठी बरेच लोक कितीही पैसे खर्च करायला तयार होतात. मुळात सिनेमात काम द्यायला एखादा पैसे मागत असेल तर तो सिनेमा काढायला कुठून पैसे खर्च करणार? चांगला सिनेमा करणारा

माणूस चुकूनही अभिनेत्यांना पैसे मागत नाही. पूर्वी हे क्षेत्र मृगजळासारखं होतं. परंतु आता इतके चॅनेल आहेत, की काम मिळवणं खूप अवघड गोष्ट नाही.

आपल्या शहरात किंवा गावात चांगली नाटकं किंवा एकांकिका करत राहिलात तरी तुमच्याकडे नक्की लक्ष जाईल. सोशल मीडिया आज बसल्याजागी तुम्हांला जगभर पोहोचवू शकतो. साउथमधल्या स्वतःच्या शेतात वेगवेगळ्या पाककृती बनवणाऱ्या बाईला जगभर कोट्यवधी लोक बघतात. इंदुरीकर महाराजांचं कीर्तन कोट्यवधी लोक ऐकतात. 'गावाकडच्या गोष्टी'सारखी वेबसिरीज स्वतःच्या गावात राहून बनवणारे तरुण महाराष्ट्रात लोकप्रिय होतात. हे सगळं शक्य होतं स्वतःच्या कर्तृत्वावर आणि कष्टावर विश्वास असल्याने; पैसे देऊन हे शक्य नाही!

आज मुंबईत हजारो तरुण असे आहेत, जे चित्रपटात नाव कमवायला आले होते; यश मिळालं नाही. आता कुठल्या तोंडाने गावी परत जायचं म्हणून मुंबईत राहतात. पडेल ते काम करतात. शिवमसुद्धा असाच एक. वडील नाटकात काम करायचे. अपघातात वारले. आता आई एकटी असते. धुणीभांडी करते. शिवम मुंबईत जाऊन हिरो होईल, हे स्वप्न आई पाहतेय, त्याला दहा वर्षं झाली. शिवम पहिली काही वर्षं निर्मात्यांच्या दारोदार हिंडला. छोटेमोठे चार-पाच रोल मिळाले. त्यापेक्षा फार काही घडलं नाही. केवळ एक चांगला रोल मिळेल या आशेने एका दिग्दर्शकाकडे घरगडी बनून त्याच्या घरचं काम करू लागला. दिग्दर्शक त्याला प्रत्येक सिनेमाच्या वेळी स्वप्न दाखवायचा. शिवम रात्र-बेरात्र दिग्दर्शक सांगेल ती कामं करायचा. अर्ध्या वेळा पार्टीसाठी दारू आणून दे, चखना आणून दे, रात्री उशिरा जेवण आणून दे, ग्लास उचलून ठेव. हळूहळू येणाऱ्या मित्रांना रात्री गाडी चालवता येणार नाही म्हणून घरी सोडून ये. या कामामुळे शिवम गाडी शिकला. आता शिवम त्याच दिग्दर्शकाकडे ड्रायव्हर म्हणून कामाला आहे. शूटिंगच्या सेटवर वेगवेगळ्या नटनट्यांसोबत फोटो काढून आईला पाठवतो. आई मोबाईलमध्ये का होईना; पोरगा हिरोबरोबर दिसतो म्हणून समाधानी आहे. एक दिवस तिला आपल्या मुलाला थियेटरमध्ये जाऊन पडद्यावर पाहायचंय. त्या आशेवर ती आजही धुणीभांडी करतेय. प्रत्येक भांडं घासून चकचकीत करताना तिला आपला नाही, आपल्या हिरो झालेल्या मुलाचा चेहरा दिसत असतो.

शिवमच्या आईसारखे कितीतरी आईबाप वाट पाहत असतात. मागे राजपाल यादवने एका कार्यक्रमात किस्सा सांगितला होता. खूप वर्षं मुंबईत स्ट्रगल केलेला एक मुलगा आपल्या गावी जातो. घरी वडील त्याच्यावर खूप नाराज असतात. वडील डिस्कव्हरीसारखी वाहिनी बघत असतात. त्यात घोडे, हत्ती दाखवत असतात. वडील

मुलाला म्हणतात, ''आता घोडे आणि हत्तीसुद्धा आले टीव्हीवर. तू कधी दिसणार?'' स्ट्रगल करणाऱ्या मुलाकडे याचं उत्तर नसतं.

खरंतर या गोष्टीचं उत्तर कुणाकडेच नसतं. पण, 'या क्षेत्रात आपण यशस्वीच झालं पाहिजे' याचं ओझं बाळगून हजारो तरुण-तरुणी आपल्या आवतीभोवती फिरताना दिसत असतात. यातले बरेच स्वतःला फिट ठेवण्याचा प्रयत्न करतात, ही एक चांगली गोष्ट आहे. परंतु यातले खूप जण नैराश्येच्या गर्तेत जातात. हे अपेक्षेचं ओझं त्यांना सहन होण्यापलीकडचे असतं. अगदी गाण्याच्या, नाचण्याच्या कार्यक्रमात आईबाप जे ओझं आपल्या मुलावर टाकत असतात, ते बघून भीती वाटू लागते. आपल्याकडे लहान मुलांवर खूप सिनेमे येतात. खूप रिॲलिटी शो असतात. पण या मुलांची मनःस्थिती काय असते हे जवळून बघायला पाहिजे. त्यांच्यातलं निरागसपण, बालपण हरवत जातं. आपण कुणीतरी 'विशेष' आहोत ही जाणीव मोठ्या माणसांनासुद्धा सहजासहजी झेपत नाही. ग्लॅमर न पेलवलेले कित्येक मोठे स्टार आपण बघतो. ही तर लहान मुलं आहेत. ते या सगळ्या गोष्टीला कसं तोंड देत असतील?

मेकअप धुतला जातो रोज; पण मुखवटा गळून पडत नाही. आणि या मुखवट्याचा आदर्श घेऊन आणखी लाखो भावी मुखवटे तयार होत राहतात. रजनीकांतसारखा एखादा नट आहे तसा जगू शकतो. आपल्याच आरत्या ओवाळून घेण्याच्या या शर्यतीत होर्डिंगला अभिषेक होऊनही रजनीकांत जमिनीवर असतो. सगळ्यांत महत्त्वाची गोष्ट ही आहे की, हिरो व्हायला आपण पडद्यावरच दिसायला पाहिजे असं नाही, हे चित्र निर्माण व्हायला हवं. शेकडो अब्दुल कलाम निर्माण व्हायला हवेत, जेणेकरून तरुणांना वाटेल की, फक्त अँग्री यंग मॅन नाही, मिसाईलमॅनसुद्धा हिरो होऊ शकतो. फक्त पडद्यावरच्याच नाही; तर खऱ्या आयुष्यातल्या हिरोलासुद्धा आपण ग्लॅमर मिळवून दिलं पाहिजे. पडद्यावर यायला सलमान, शाहरुख कशाला व्हायला पाहिजे? धोनी, मेरी कोम, मिल्खा सिंग यांच्यासारख्या छोट्या गावातल्या हिरोंची गोष्टसुद्धा पडद्यावर येतेच. त्यासाठी स्वतःच नाचलं पाहिजे असं नाही. आपलं चांगलं काम लोकांपर्यंत पोहोचलं पाहिजे, एवढंच.

•••

तरुण आहे मात्र अजुनी...

परळीला काही तरुण भेटले. चहा पिता-पिता सांगत होते, परळीला वीटभट्ट्यांचा विळखा पडलाय. परळीची वीट प्रसिद्ध आहे. कारण काय? तर, तिथे विद्युत प्रकल्पाची राख भरपूर आहे. परळीत प्रदूषणच आहे ते. ती राख वापरून वीट तयार केली जाते. तिला मागणी आहे. म्हणून परळीत दोनशेहून जास्त वीटभभट्ट्या सुरू आहेत. आता अशा वातावरणात कशी शुद्ध राहणार हवा? सगळं प्रदूषण. मी त्यांना म्हणालो, ''तुम्ही याबद्दल लिहित का नाही? बोलत का नाही?'' सगळे एकमेकांकडे बघून हसू लागले. एक जण म्हणाला, ''आम्ही लिहून काय होणार? आणि आमचं कोण ऐकणार?'' सगळेच तरुण असे नाहीत. तिथेही बोलणारे खूप आहेत. पण राजकीय पक्ष आणि नेत्यांच्या समर्थनासाठी बोलणारे खूप झाले आहेत. आपल्या कामाचं बोलणारे कमी आहेत; पण आहेत.

फेसबुकवर जमलेली काही तरुण मंडळी... एकत्र आली... पैसे गोळा केले... शेतकऱ्यांना भेटू लागले. ते पैसे देत नाहीत. खत घेऊन देतात, बियाणं देतात, अडचणी सोडवायला मदत करतात.

असाच एक तरुण आहे विनायक हेगाना. मूळचा सांगलीचा. उस्मानाबादला राहतो. काम काय? शेतकऱ्यांना भेटायचं. त्यांचे प्रश्न समजून घ्यायचे. शेतकरी आत्महत्या थांबल्या पाहिजेत म्हणून काम करतोय. जवळ पैसे नसतात. फिरत असतो एकटाच. त्याला शेतकऱ्यांसाठी कॉल सेंटर सुरू करायचंय.

नगरला एक अमर कळमकर नावाचा तरुण आहे. लग्नात खर्च केला नाही. लग्नाच्या खर्चात आणि आहेरातसुद्धा पुस्तकं घेतली. स्पर्धा परीक्षेचं वाचनालय आणि अभ्यासिका सुरू केली. असेच पंचवीस-तीस जण आषाढी एकादशी झाली की एक दिवसानंतर पंढरपूरला जातात. चंद्रभागेत जमेल तेवढी स्वच्छता करून परत येतात. तीच त्यांची वारी!

बीड शहरात धड रस्ते नाहीत. पाण्याची बोंब. पण प्रत्येक पक्षाचा मोर्चा प्रचंड गर्दीत निघतो. तरुणांची गर्दी. सगळ्यांना सत्ता मिळाली आणि सगळ्यांनी मिळून काहीच केलं

नाही. तरीही प्रत्येक नेत्याच्या मागे तरुणांची फौज आहे. कधी-कधी बीडमध्ये उद्योगधंदे न येण्याचं कारण हेच वाटतं. ही सगळी पोरं कामाला लागली तर आपल्यामागे कोण फिरणार? हा तर विचार करत नसतील नेते?

बऱ्याच तालुक्यांच्या ठिकाणीसुद्धा तरुण पोरं पब्जी आणि लुडो खेळत बसलेले दिसतात. आधी कळायचं नाही, दोन-चार जण गोळा होऊन सुतक पडल्यासारखे मान खाली घालून का बसलेले असतात? जवळ गेल्यावर लक्षात येतं लुडो खेळताहेत. हेच चित्र पुण्या-मुंबईत खूप भयंकर आहे. पब्जीसारखे खेळ खेळतात पोरं... प्रचंड घाणेरड्या शिव्या आणि मारधाडीची भाषा! आईबापांनी जर हे गेम खेळताना आपल्या पोरांचं बोलणं ऐकलं तर चक्कर येऊन पडतील.

पुण्यात एका चहावाल्याकडे एक दृश्य पाहिलं. दुकानाच्या मागे एक तरुण शांत बसला होता. अचानक मोबाईल काढून वेड्यासारखा हावभाव करायला लागला. आक्रमक झाला. पाच-सात मिनिटांत मोबाईल बंद करून पुन्हा मख्ख बसला. त्याचा तो पाच-सात मिनिटांतला उत्साह फक्त ऑनलाइन गेमपुरता होता. सिनेमात दहशतवादी दाखवतात, तसा संशयास्पद वाटला तेवढ्या वेळात. मी न राहवून बोललो. पदवीधर होता. नोकरी नव्हती. कुठल्यातरी कंपनीत मार्केटिंगला होता. लोक दिवसभर अतिशय हाडहूड करून वागवतात म्हणाला. मग पाच-सात मिनिटं गेम खेळून सगळी भडास काढतो. त्याला व्यक्त व्हायला तेवढीच जागा होती.

कोल्हापूरकडचा मुलगा. दहा एकर बागायत शेती. घरी काही कमी नाही. शेतात बंगला आहे, ऊस आहे. एका कारखान्यात वडिलांचं चांगलं प्रस्थ आहे. एकत्र कुटुंब. पंधरा लोक एकत्र असतात घरातले. जिवाला जीव देतात. रोज रात्री जेवायला एकत्र असतात. हे सगळं किती छान वाटतं. पण हेच सगळं मुळावर आलंय त्याच्या. लग्नच जमत नाही त्याचं. एक तर शेती करतो म्हणजे विषयच संपतो लग्नाचा. त्यात एकत्र कुटुंब. त्यात राहायला शेतात. ही सगळी ऐकायला सुंदर वाटणारी गोष्ट त्याच्या लग्नाच्या आड येते. मग गेलं वर्षभर रील्स बनवतो. इंदुरीकर महाराजांच्या कीर्तनातले बायकांचे विनोद, आजकाल बायका सासूला कशा छळतात, नवऱ्याला कसा त्रास देतात असं कधी-कधी इंदुरीकर महाराज सांगतात त्याचे व्हिडिओ बनवतो. मित्रांमध्ये तो 'इंदुरीकर महाराज' म्हणून फेमस आहे. तेच आता त्याला बरं वाटतं. कुठंतरी मनातलं बोलता येतं हे समाधान! खरंतर त्या विनोदामागे त्याची जी अस्वस्थता आहे, ती त्याच्या जवळच्या मित्रांनाही नीट ओळखू येत नाही. पण त्याला आता एक व्यासपीठ मिळालंय. मिळत काही नाही; पण निदान एकाकीपण तरी विसरता येतं.

पुण्यातल्या एका एटीएमला एक तरुण सुरक्षारक्षक आहे. बघून थोडा हैराण झालो. सहसा वय झालेली माणसं दिसायची. तो मुलगा वाचत बसला होता. पुस्तक बघितलं.

विश्वास बसणार नाही; पण रामचंद्र गुहा यांचं पुस्तक होतं. त्याच्याशी बोललो. मराठवाड्यातून स्पर्धा परीक्षेसाठी आला होता. बापाने थोडं शेत विकून दोन लाख रुपये त्याच्या एमपीएससीसाठी ठेवले होते. दोन वर्षांत उडाले. मेन्सला लटकत राहिला. अजूनही इच्छा आहे. गावी जायचं नाही परत. प्रयत्न करतोय. पण आता अवघड आहे म्हणतो. नोकरी करून शक्य नाही. आणि चांगली नोकरी मिळणार कशी? एटीएमबाहेर असतो. रूम करून राहायचा तेव्हा आपली रूम एसी असावी असं स्वप्न होतं. आता एटीएम एसी आहे. पण हा बाहेर बसतो. एसी सहन होत नाही म्हणतो. पैसा कमवायचाय. सारखा एटीएमचा आवाज... बाहेर पडणाऱ्या नोटा... सतत पैसा कमवायची प्रेरणा मिळते म्हणतो त्या आवाजाने. फक्त पैसा कसा कमवायचा हे अजून ठरलं नाही. खरंतर ठरलं तरी ते होणार कसं? चांगलं काम तर मिळायला पाहिजे.

आयटीमधला एक तरुण. नोकरीला कंटाळलाय. त्याचं काम फिरण्याचं. पंचवीस वर्षं वय. पंधरा-वीस देश फिरून झाले आहेत. सारखा बाहेर. बायको सोडून गेलीय. कारण काय? तर, याने तिला मोबाईलचा पासवर्ड सांगायला नकार दिला. मग नोकरीचा राजीनामा दिला. कारण, सारखा शेतीत कुणी कोटी कमवले, कुणी शेतकरी परदेशात निर्यात करतोय अशा गोष्टी सोशल मीडियावर वाचायचा. एक दिवस दोन एकर शेती विकत घेतली. दोन-तीन वर्षं कष्ट केले. लक्षात आलं की, शेतीत काही पैसे मिळणार नाहीत. आता शेती विकायची म्हणतोय. पण ज्या भावात घेतली तो भाव मिळत नाही. उद्योग करायचाय नवीन; पण पुण्यातला ज्या भावात फ्लॅट घेतला होता तोही विकला जात नाही. उद्योग करणारे मित्र आहेत. त्यांच्यात बसलेला असतो. ते सांगतात, धंदा डाऊन आहे. हा तेवढंच समाधान मानतो. सगळेच 'धंदा डाऊन आहे म्हणतात' हे बऱ्याचदा आशादायी असतं लोकांसाठी. आपण एकटेच चिंतेत नाही ही गोष्ट खूप लोकांसाठी चिंता घालवणारी असते.

विदर्भातून आलेला एक तरुण लेखक आहे. जाहिरात एजन्सीत काम शोधत होता. छोट्यामोठ्या जाहिरात संस्थेत काम केलं. पण त्यात जगणं अवघड होतं. तसा लिहितो उत्तम. फेसबुकवर खूप मित्र होते. एका मित्राने विचारलं, ''सरकारच्या योजना लिहायच्या आहेत. लोकांपर्यंत पोहोचवायच्या आहेत. काम करशील का?'' हा लिहू लागला. काम खूप बोअरिंग होतं. पण पुण्यात जगायचं होतं. लिहित राहिला. गेली दोन वर्षं अशीच कामं करतोय. पैसे मिळतात. आधी गावच्या समस्या, वऱ्हाडी ठसक्यात गावच्या गोष्टी सांगायचा. त्या वाचायला, बोलायला मजा यायची. अशात भेटला तर फारच रूक्ष वाटला. प्रवक्त्यासारखी भाषा झालीय. पण बिर्याणीचं बिल देताना त्याचा चेहरा उजळून निघाला होता. त्याने वेटरला दहा रुपये दिले आणि बचका भरून सोफ

उचलली वाटीतली. बाहेर आल्यावर फालतू आहे म्हणून थुंकून टाकली. खूप खटकलं ते. मिळेल ती गोष्ट उचलायची सवय चांगली नसते. आपल्यालासुद्धा पारख असली पाहिजे.

उस्मानाबादचा एक पोरगा. कॉलेजला असल्यापासून वर्गात कमी आणि सायबर कॅफेमध्ये जास्त असायचा. टाइमपास म्हणून फेसबुक पेज काढले आहेत. हळूहळू लोकांचे मेसेज आले – 'आमची पोस्ट तुमच्या पेजवर टाकता का? पैसे देतो.' अशा गोष्टी वाढत गेल्या. आज त्याचे पाच-पाच लाख लाईक असलेले सात-आठ पेज आहेत. मेसेज करून लोक पैसे देतात त्यांची जाहिरात करायला. त्याने घरच्यांना बाईक मागितली होती. घरचे म्हणाले, "शिकत नाहीस काही नाही. नुसता मोबाईल घेऊन बसतोस. तुला कशाला बाईक पाहिजे?" खूप मनाला लागलं होतं त्याच्या. फेसबुक पेजवर मिळालेल्या कमाईतून चार वर्षांपूर्वी त्याने नवीकोरी बाईक घेतली. आता दुकान सुरू केलंय. लोकांच्या जाहिराती करण्यापेक्षा आपल्या पेजवरून आपल्या धंद्याची जाहिरात करू असं ठरवलं. छान चाललंय त्याचं.

फेसबुकवर याची-त्याची बाजू घेऊन वाद घालणारे, वेळ घालवणारे लोक बघितले की उस्मानाबादचा हा तरुण आठवतो. नेहमी हसतमुख असतो. सारखा मोदींचे फोटो टाकतो. 'मोदी खूप चालतात', म्हणतो. चार-पाच त्यांच्या पोस्ट टाकल्या की एखादी जाहिरात टाकायची. फेसबुकवरच्या लाईक करत सुटणाऱ्या लोकांना तो 'हुरळल्या मेंढ्या' म्हणतो. हे ग्राहक असतात त्याचे. मी बऱ्याचदा त्याची नेमकी विचारसरणी शोधायचा प्रयत्न केला. पण त्याला कुणीच आवडत नाही. त्याला त्याचे पेज आवडतात. ज्याच्या फोटोला, जोकला लाईक मिळतात तो त्याच्यासाठी चांगला माणूस. त्याला सोशल मीडियात कमाई सापडलीय.

एक मुलगी सारखी सोशल मीडियावर– ट्विटर, फेसबुक, इन्स्टा सगळीकडे– अश्लील, बिनधास्त पोस्ट टाकायची. तिच्याबद्दल कुठे दबल्या आवाजात, तर कुठे जाहीर चर्चा असायची. चार-पाच महिन्यांत पोरीने हवा केली सोशल मीडियावर! हजारो लाईक नाहीतर टीका! इनबॉक्स नक्कीच 'फुल' असणार! चार-पाच महिन्यांत अचानक तिने ऑनलाइन कपडे विकायला सुरुवात केली. जुन्या सगळ्या पोस्ट बंद. आता कामास काम. पब्लिक गंडलं होतं. पोरीने खूप हुशारीने मार्केट बनवलं होतं कपड्याच्या व्यापारासाठी!

तरुण पिढी आपापल्या पद्धतीने व्यक्त होते. सोशल मीडियावर कितीतरी प्रकार बघता येतात. पण खूप कमी लोक आपल्या गावातल्या समस्या लिहितात. शहराच्या वाढत चाललेल्या गर्दीवर लिहितात. आर्थिक प्रश्नावर अभ्यासपूर्ण लिहिणारे,

लोकसंख्येच्या प्रश्नावर लिहिणारे, रोजगाराच्या प्रश्नावर लिहिणारे हात खूप कमी आहेत. संख्या जास्त आहे ती राजकारणावर लिहिणारी. बरं, हे राजकारणावर लिखाण समज असलेलं आहे का? तर, नाही. त्यात प्रतिक्रिया जास्त आहेत, शिव्या जास्त आहेत, टीका जास्त आहे.

सगळ्यांत दुर्दैवी गोष्ट आहे की, तरुण स्वतःबद्दल लिहित नाहीत. स्वतःच्या प्रश्नांबद्दल लिहित नाहीत, व्यक्त होत नाहीत. उजवे आणि डावे, सनातनी आणि पुरोगामी असले वाद खेळत बसण्यात जास्त वेळ जातोय. शहरात काय आणि गावात काय; शिक्षणाच्या खूप समस्या आहेत. नोकरी मिळत नाही. साध्या पदव्या मिळवायला प्रचंड खर्च आहे. खासगी क्लासेसचा बाजार आहे. कॉलेजमध्ये फक्त प्रवेश घ्यायचा असतो. क्लास कम्पल्सरी असतो अशी मानसिकता आहे. त्यात लाखो रुपये खर्च आहे. विचार करू शकत नाही एवढा लग्नाचा प्रश्न भयंकर आहे. दुष्काळग्रस्त भागात जाऊन मुली शोधल्या जाताहेत. लग्न जमवणाऱ्या लोकांना डिमांड आहे. शहरात लग्न जमवणाऱ्या वेबसाइटचा धंदा जोरात आहे. जातीपातीच्या संघटना हेच काम करताहेत. पण तरुणाई काय करतेय?

सोशल मीडियावर तरुण सक्रिय आहेत. विनोद, मिम, विनोदी व्हिडिओ पाहणे आणि शेअर करणे हा मोठा उद्योग आहे. एकीकडे छोट्या गावातला एक शेतकरी तरुण शेतकऱ्यांना सगळ्या योजना कळाव्यात, बाजारभाव कळावेत म्हणून ॲप काढतो. दुसरीकडे गावातली हजारो मुलं अयोध्या प्रश्नावर, काश्मीर प्रश्नावर एकमेकांना शिव्या देतात, भांडत बसतात. दहापैकी आठ मंदिरांची अवस्था वाईट असते. चांगल्या दगडी बांधकामाला फालतू रंग देऊन पार रया घालवलेली असते. गावात झाडं उरलेली नाहीत. वड, पिंपळ जाऊन गुलमोहर, शतपर्णी यांची संख्या वाढलीय. पक्षी येत नाहीत, फक्त पक्ष येतात गावाकडे. लोकशाही आहे. पक्ष असलेच पाहिजेत. पण पक्ष असतात तशा योजना पाहिजेत, विकासही पाहिजे, नवीन नेतृत्वही पाहिजे. पण किती ठिकाणी नवीन आणि तरुण नेतृत्व आहे? घराणेशाही का संपत नाही? तीच-तीच माणसं राज्य करणार असतील, त्यांचेच वारस राज्य करणार असतील तर तरुणांनी काय करायचं? फक्त घोषणा द्यायच्या... यांच्यासाठी भांडायचं... प्रचार करायचा...? अर्थात, हे प्रश्न तरुणांना पडले पाहिजेत. पण एकूणच याबाबतीत जागरूकता असली तरी बदल घडताना दिसत नाही. कारण सत्तांतर घराणेशाहीच्या विरोधात झालं तरी पुन्हा जुने घराणे नव्या पक्षात सामील झाले. आपले गड शाबूत केले. तरुणांच्या दृष्टीने बदल घडलाच नाही. पण याची जाणीव असलेले तरुण किती आहेत?

शेतकरी-नेत्यांच्या मागे फिरणारे एके काळचे तरुण आता म्हातारे झाले आहेत. त्यांना काहीच मिळालं नाही. पंधरा-पंधरा वर्षं 'शेतकरी आत्महत्ये'वर बोलताहेत लोक. एवढ्या काळात चित्र बदलायला पाहिजे. बदलत नाही. कुठे पाणी मुरतंय?

सगळ्यांना माहीत आहे, जुन्या कार्यकर्त्यांचा अनुभव दांडगा आहे; पण त्यांनी आपला अनुभव तरुणांबरोबर शेअर केलाच नाही. किती जुन्या कार्यकर्त्यांनी आपल्या लिखाणातून सच्चाई मांडलीय? लक्तरं मांडलीत राजकीय व्यवस्थेची? नेत्यांची खरी बाजू समोर आणलीय? फक्त कौतुक-सोहळे! आपापल्या साहेबांवर पुस्तकं, पोस्ट, ब्लॉग आणि भाषणं! नव्या पिढीला आपल्या साहेबांनी काय माती खाल्लीय हे सांगण्याची जबाबदारी किती कार्यकर्त्यांनी घेतलीय?

पक्ष बदलून टीका करणाऱ्या लोकांच्या शब्दाला बेवड्या माणसाच्या शब्दाएवढीही किंमत नसते. एकनिष्ठ कार्यकर्त्यांनी तरुणांच्या डोळ्यांत अंजन घालणारं लिखाण केलं पाहिजे, बोललं पाहिजे. मुख्य म्हणजे, स्वतःची तेवढी विश्वासार्हता ठेवली पाहिजे. पण दिसेल ती फांदी धरण्याच्या नादात असे कार्यकर्तेसुद्धा खूप कमी राहिलेत. नेते तर फारच दुर्मीळ! लोक साठी गाठूनसुद्धा नेमका कुठला पक्ष देशाचं भलं करू शकतो हे सांगू शकत नाहीत. तरुणांनी कसं ठरवायचं? साधी 'बेरोजगारी आहे की नाही देशात' या गोष्टीवर ठाम बोलत नाहीत लोक. आकडेवारी लपवली जाते. वाढवून दाखवली जाते किंवा थेट खोटी सांगितली जाते. खरं चित्र जर डोळ्यांसमोर येत नसेल तर काय उपयोग आहे लोकशाहीचा?

हायवेने जाताना बरीच तरुण मंडळी पायी जाताना दिसतात. कित्येक देवाला तरुण कित्येक किलोमीटर पायी जातात. कित्येक तरुण-तरुणी देवाच्या नावाने काही दिवस चप्पल वापरत नाहीत. या सगळ्या गोष्टींना लोक 'संस्कार' 'परंपरा' म्हणून नाव ठेवतात किंवा कौतुक करतात. पण ही तरुणांची ऊर्जा, व्यक्त होण्याची ऊर्मी, काहीतरी करून दाखवण्याची तळमळ अजूनही खूप चांगल्या गोष्टींसाठी वापरता येऊ शकते.

'मेक इन इंडिया' तरुणांपर्यंत प्रामाणिकपणे पोहोचलंय का? किती तरुण उद्योग करताहेत? आपण ज्या प्रमाणात विदेशी ब्रँड वापरतो त्या प्रमाणात देशात काहीतरी नवीन निर्माण करण्याचा विचार करतो का? आपल्या देशात किती शोध लागलेत नजीकच्या काळात? आपल्या देशात जेवढे इंजिनिअर, डॉक्टर तयार होतात, त्या प्रमाणात आपल्या देशातली आरोग्यव्यवस्था आणि तंत्रज्ञान प्रगत आहे का? हे फक्त तरुणांचं अपयश नाही. योग्य वयात चांगले आदर्श मिळायला हवेत. आपल्याकडे असे आदर्श किती आहेत? अंबानी आणि अदानी पैसे कमवतात. माणसांना विकत घेता येतं, तंत्रज्ञान विकत घेता येतं, हीच मानसिकता झालीय.

खरंतर अब्दुल कलाम होऊन मोठं होता येतं हे देशाला माहीत आहे. ते सगळ्यांत मोठे आदर्श आहेत. पण शास्त्रज्ञ होणे ही वेळखाऊ आणि किचकट प्रक्रिया आहे असं तरुणांना वाटतं. नवे शोध लावण्यासाठी फार प्रोत्साहन नाही. आपल्या पोराने एखाद्या विषयाच्या शोधासाठी आयुष्य किंवा आयुष्यातली काही वर्षं द्यायची ठरवली तर किती पालक तयार होतील? कोण लग्न करायला तयार होईल? रिस्क घेणाऱ्या तरुणांना आपल्याकडे फार किंमत नाही. पडद्यावरच्या हिरोपेक्षा खऱ्या आयुष्यातल्या हिरोंना किंमत आली पाहिजे.

कुणी मराठी भाषेवर काम करतोय, कुणी किल्ल्यांच्या स्वच्छतेचं काम करतोय, कुणी जुने नाणे गोळा करतोय, कुणी मोडी शिकतोय, कुणी देशी बियाणे जपतोय, कुणी जुन्या ओव्या गोळा करतोय, कुणी संस्कृत शिकतोय, असे कित्येक तरुण माझ्या ओळखीचे आहेत. पण ते अस्वस्थ आहेत. त्यांना फार प्रोत्साहन नाही, पाठिंबा नाही. त्यांच्या कामात त्यांनी पूर्ण फोकस करावा अशी कुठली पूरक परिस्थिती नाही. पण ते करताहेत, लढताहेत. अशा लोकांना आपण प्रोत्साहन द्यायला नको का? त्यांचं कौतुक करायला नको का? तरुण व्यक्त होताहेत, गड किल्ले फिरताहेत, स्वच्छता करताहेत, सामाजिक काम करताहेत. थोडेच आहेत; पण या थोड्या लोकांना प्रोत्साहन देण्यात आपण एवढा कंजूसपणा करतोय, की त्यांची संख्या वाढण्याची गोष्ट सोडा; पुन्हा कुणी अशा अनवट वाटेने जाणार नाही. 'मेक इन इंडिया' ही जाहिरात असून फायदा नाही. शेती करणाऱ्या मुलांची लग्न होणार नसतील तर आपण 'मेक इन इंडिया' या घोषणेचा नीट विचार केला पाहिजे. कारण 'मेक इन इंडिया' शेतीपासून सुरू होते. प्लास्टिकच्या बाटल्या बनवणे म्हणजे 'मेक इन इंडिया' नाही. काहीतरी कसदार, अस्सल, देशी आणि लोकांना जगवणारं निर्माण करणे म्हणजे 'मेक इन इंडिया'! तरुणांना समजून घेतल्याशिवाय 'मेक इन इंडिया' शक्य नाही. नाहीतर सोशल मीडियावर मुलींचे फोटो लावून, मुली बनून चॅटिंग करणाऱ्या मुलांची संख्याच फक्त वाढत जाईल. आणि ते 'फेक इन इंडिया' असेल.

•••

त्या नदीच्या पार तेथे...

नदीच्या काठी असणारे गाव म्हणजे पाणी त्यातल्या त्यात बऱ्यापैकी शेती आणी दुध दुभते. गावातून जवळपास प्रत्येक घरातून बीडला दही आणि दूध जायचं. घरातली स्त्री किंवा पुरुष डोक्यावर दही किंवा दुधाचे गाडगे पाटीत घेऊन रोज बीडला जाणार. स्त्रियाच जास्त. कित्येक बायकांच्या डोक्यावर ते ओझं वाहून वाहून एक सपाटीच आलेली असायची. पाटीखाली डोक्यावर चुंबळ असायची. पण ओझं किती पेलणार? आधी तर सगळ्या बायका पायीच जायच्या. पूर्वी नदी ओलांडून जावं लागायचं. दूध दही घेऊन जाणारी स्त्री खरं तर घरातली कर्तबगार स्त्री. तोपर्यंत मी, स्त्री म्हणजे घरातले सगळे व्यवहार बघणारी, शेतात बरोबरीने काम करणारी हीच ओळख मानत होतो. घरात अधिकार नसलेल्या, केवळ घरकामच करणाऱ्या स्त्रिया मी शहरात आल्यावर बघितल्या. नाहीतर गावात सगळ्या बायका काही ना काही जवाबदारी सांभाळणाऱ्या. कुणाकडे गुरांची जवाबदारी. कुणाकडे दही दूध विकण्याची. कुणाकडे शेताची. नंतर कळत गेलं की शेत काही या बायकांच्या नावावर नसतं किंवा ती गरजही त्यांना वाटत नव्हती. त्या फक्त कष्ट करत राहणाऱ्या स्त्रिया. त्यांना अधिकार आणि हक्काची जाणीवही नव्हती. वडीलधारी माणसं कधी कौतुकाने बोलली तर नोबेल मिळाल्याचा आनंद व्हायचा बायकांना. आज वाटतं त्यांना कधी कुठली अपेक्षा होती की नाही?

पण जात्यावर दळणाऱ्या बायका, धान्य निवडणाऱ्या बायका, खुरपणी करणाऱ्या बायका, कापूस किंवा भुईमुगाच्या शेंगा वेचणाऱ्या, फोडणाऱ्या बायका, विहिरीवरून, नदीवरून डोक्यावर दोन दोन हंडे घागरी भरून रांगेत चालणाऱ्या बायका. या सगळ्यांचे संवाद कानी पडले की घागरीच्या हिंदकळणाऱ्या पाण्याच्या आवाजाएवढाच त्या बायकांच्या मनातला गलबलाही स्पष्ट ऐकू येतो. जात्याची घरघर सांगून जायची विषय कुठला चाललाय. ओवीची निवड आणि स्वर सांगून जायचा गप्पांचा मूड काय आहे? शेंगा फुटण्याच्या आवाजात हुंदके विरून जात असतील. शेंगा फोडता फोडता चार दोन शेंगदाणे तोंडात टाकायची लक्झरी होती. नेमका त्यातच खवट शेंगदाणा निघावा तसा

नशिबाचा विषय निघायचा बायकांचा. त्या सगळ्या सुख दुःखाच्या बखरी होत्या. त्या ना धड नीट लिहून ठेवता आल्या ना नीट मांडता आल्या. खरं तर पुरुषाने बायकांच्या दुःखांवर तर बोलू किंवा लिहूच नये. स्वतःच्या बायकोचं स्त्री म्हणून असलेलं दुःख एका जन्मात समजून घेता यावं हेही खूप आहे. आणि कमी वगैरे करता आलं तर थेट स्वतःला महापुरुष वगैरे म्हणावं.

गावात बायकांना तेव्हा कष्ट वगैरे दैनंदिन गोष्टी वाटायच्या. कुठून एवढी सहनशक्ती यायची माहित नाही. विहिरीत पोहरा टाकून तासनतास पाणी उपसणे ही आज मला भयंकर गोष्ट वाटते. सतत आपलं प्रतिबिंब दिसत असणार. काहीतरी विचारत असणार. त्याच्याकडे दुर्लक्ष करायचं आणि दगडी चिरे किंवा मातीला ठेचकाळत येणाऱ्या पोहऱ्यात उरेल तेवढं पाणी आपलं मानून घागरीत ओतायचं. हे विपश्यनेच्या पलीकडचं काम होतं. पोहरा विहिरीत पडल्यावर येणारा आवाज आठवतो तेव्हा मला आता तो आवाज आध्यात्मिक वाटतो. एका आध्यात्मिक अवस्थेला पोचल्याचे समाधान.

मला अजूनही आजोळच्या दिवसांचे ऐशोआरामात गेलेले दिवस आठवतात. पण का कुणास ठाऊक आता मला आठवणीत मी दिसत नाही. गावातल्या कष्टाचे कोलाज बनत गेलेत आठवणींच्या चित्राचे. कोलाज कधी मासिकातल्या फोटोंची टरटर पानं फाडून पण बनवायचे मित्र. माझ्या आठवणी अशाच मासिकातल्या गुळगुळीत पानातून नेमकी कष्टाची चित्र फाडून बनवलेल्या कोलाज सारख्या होत गेल्यात.

आजपर्यंत जाणवलं नव्हतं. ढाब्यावर चुलीवरचं जेवण मिळेल ही पाटी आनंद देणारी वाटायची. पण हळू हळू समविचारी मित्रांसोबत या चुलीच्या आठवणी निघायला लागल्या तसतशा त्रास द्यायला लागल्या. चुलीवरच्या भाकरीची मजाच काही और असं वाटेनासं झालं. कारण प्रत्यक्ष चूल पाहिलेली आहे. तो त्रास डोळ्यासमोर आहे. तो धूर असा आहे की त्यात कुठलीच आठवण धूसर होत नाही. डोळ्यात पाणी आलेलं होतं त्याकाळी. पण आठवणी मात्र जास्त गडद होत जातात चुलीच्या. चुलीवर असलेली भिंत जशी धुराच्या काजळीने गडद होत जाते. काळीभोर. आजकाल ती काळीभोर भिंत जास्त डोळ्यासमोर येते.

भाकरीच्या खरपूसपणापेक्षा जास्त चटके आठवतात. भाकरीच्या पापुद्र्यापेक्षा आठवणींचे पापुद्रे फुगत चाललेत. पापुद्रा फोडला की गरम वाफेचा चटकाही सुखावून जायचा. आठवणींचं तसं नाही. मामी, मावशी, आई, आजी कुणाच्याच कष्टाला ना आपण नीट समजून घेऊ शकलो ना कधी ते समजल्याची ओळख देऊ शकलो. सणासुदीला मेंदी काढताना रापलेल्या हाताची जाणीव व्हायची त्यांना. एरवी कणकेत, चिखलात नाहीतर गोठ्यातल्या शेणातच हात. सकाळ झाली की अंगण सारवताना हाताला लागलेल्या शेणाला रंग तर मेंदीचाच असायचा. पण वास नाही.

सकाळी चुलीवर पाण्याचे आधण चालूच. पावसाळ्यात चूल पेटवायची कसरत. फुंकणीचा आवाज तर अजून कानात घुमतो. फुकनी म्हणायचे तिला. लाकडं पेट घ्यावीत म्हणून बायका फुंकणी एवढ्या जीव तोडून कितीतरी वेळ फुंकायच्या की पोटातली आतडी बाहेर येतील असं वाटायचं. डोळ्यात धूर. नाकात धूर. भाकरीचे चटके. उलथने वापरायची सवयच नसलेल्या बायका. चुलीत जळत असलेल्या लाकडाचा लालेलाल झालेला गरम कोळसा सहज हाताने उचलून पुन्हा चुलीत टाकणाऱ्या बायका. त्याला आहार म्हणायचे. भाकरी थापायला लाकडी काठवड. लहानापासून मोठ्यापर्यंत सगळी मंडळी चुलीसमोर जेवायला बसलेली. आणि गरम भाकरी चुलीतून थेट ताटात. पण खरं सांगतो त्या भाकरीची चव आठवायची बंद झालीय. सारखा तो धूर समोर येतो. ती फुंकणी. ते सरपण. ते सरपण गोळा करायला रानोमाळ भटकणारी मंडळी. शेणाच्या गवऱ्या थापणाऱ्या बायका. त्या निरक्षर बायका दर पावसाळ्यात चुलीत जाळण्यासाठी आपल्या कष्टाचे शिलालेख लिहायच्या शेणाने. आपण त्याला गोवऱ्या म्हणायचो. आज गोवऱ्या amazon वर ऑनलाईन मिळतात. हसू येतं. गावी चुलीसाठी असलेल्या गोवऱ्या आता यज्ञासाठी विकत घेतल्या जातात. शंभर सव्वाशे रुपयाला गवरी विकली जाते. असेल. एकेका घरात पंचवीस पंचवीस भाकरी सहज थापणाऱ्या बायका आणि मुली आठवल्या की कसं nostalgic होणार? चुलीवर स्वयंपाक करणाऱ्या आईचे काळीज वगैरे कवितेत ठीक आहे. पण फुप्फुसाचा एक्सरे पण समजून घेतला पाहिजे.

शहरातून येणाऱ्या माणसाला आपल्या गावी कायम झोपड्याच असाव्यात असं वाटतं. हे कवितेतलं चित्र जगायला अवघड असतं. लहानपणचा प्रसंग अजूनही आठवतो. मोठं पातेलं भरून तापवलेलं दूध. डालगं झाकून ठेवलं होतं वर. नंतर पाहिलं तर त्यात उंदीर पडला. सगळं पातेलं ओतून टाकलं. खरं तर शहरात नेऊन विकायचं होतं. पण तो विचार मनातही नाही आला त्या घरात कुणाच्या. हे सगळं खूप खोलवर जपून राहिलेलं असतं. शेकडो उपदेशांमध्ये एवढी ताकद नसते जेवढी अशा छोट्या छोट्या गोष्टीत असते. दूध दही घेऊन बीडला जाणारी मंडळी येताना सरकी, पेंड घेऊन यायची आणि मुलांना खाऊ. जिलेबी, गोडीशेव या गोष्टीवर बच्चेकंपनी खुश. त्यावेळी ज्या कागदात हा खाऊ यायचा तो कागद जपून ठेवला जायचा. कागद ही खूप मौल्यवान गोष्ट वाटायची. शहरात जशा carry bag जपून ठेवतात. खुपदा मुलं तो कागद सुद्धा कितीतरी वेळ वाचत बसायची.

गळ्यात रेडिओ अडकवून जनावरं सांभाळायला जाणारी माणसं हे दृश्य नेहमीचं. पूर्ण दिवस माळावर काढायचा. एकूण एक झाडं आणि रानमेवा पाठ असायचा त्यांना. तेव्हा लग्नात सायकलवरून वरात निघायची. गावाकडे परण्या म्हणायचे. नवरदेव सायकलवर. चार दोन लोकांनी त्या सायकलला धरून पुढे पुढे जायचं. पारावर शेवंती.

तिथे नवरदेवाचे मित्र हमखास त्याला रुसायला सांगायचे. मग रुसलेला नवरदेव नवे कपडे घालायला नकार द्यायचा. मोठी माणसं त्याला नवा रेडिओ किंवा एचएमटी घड्याळ द्यायचे किंवा कबूल करायचे. मग नवरदेव तयार. त्याकाळात हळदीची गंमत होती. गुळणा गुळणी नावाचा प्रकार होता. नवरा नवरी एकमेकांच्या अंगावर गुळण्या टाकायचे. सगळे बघायला जमलेले. मग नवरीच्या हातात सुपारी किंवा हळकुंड द्यायचे. तिने घट्ट मुठीत ते पकडून ठेवायचं. ती मूठ नवरदेवाने सोडवून दाखवायची. असं सगळं धमाल चालू असायचं. आसपासच्या गावात लग्न असलं की एका ट्रकमध्ये सगळी माणसं भरून निघायची. कुणी ट्रकच्या केबिनवर बसायचे. ते लहानपणी हिरो वाटायचे. लग्नातल्या पत्रावळी, द्रोण आणि प्लास्टिकचे ग्लास. गावातल्या माणसांनी घरची ताट वाटी घेऊन जायची जेवायला. वाऱ्याने उडणाऱ्या पत्रावळी, खुपदा द्रोण गळणारा असायचा. मग तो थेट भातावर ठेवायचा. लग्नात वऱ्हाड आल्या आल्या पिठलं भाकरी द्यायचे. तशी पिठलं भाकरीची चव इतरवेळी का नसते हा अजूनही पडलेला प्रश्न आहे. आपल्या जवळच्या कुणाचं लग्न असलं की गडंगनेर हा प्रकार असायचा. शहरात काही लोक केळवण म्हणतात. तर लग्न सहसा उन्हाळ्यात. त्यामुळे घरोघरी नवरदेवासोबत गडंगनेराचं जेवायला जायचं आणि हमखास शेवया आणि आमरस असायचं. नवरदेव दोन घास खायचा मान म्हणून. पण आपण लहान. वाढलं तेवढं कर्तव्य म्हणून खात रहायचं. मग दोन चार घरी जेवण झालं की वाट लागायची. असा लहान तोंडी मोठा घास आठवला की हसू येतं.

कितीतरी गावांमध्ये पहिल्यांदा एसटी आल्यावर तिला नोटांचे हार लावून स्वागत केलं गेलं. पण एसटीने नको तेवढी माणसं गावाबाहेर जाऊ लागली. दिवस दिवस उगाच शहरात थांबू लागली. आधी एसटीतून दूध दही जायचं शहरात. आता शहरातून येणाऱ्या वस्तूंची यादी वाढत चाललीय. हे चित्र काही फार बरं नाही. आता मोटरसायकल वाढल्यात. संध्याकाळी येणाऱ्या एसटीकडे कुणी कौतुकाने बघत नाही. पूर्वी गावात तांबोळी यायचा अधूनमधून. तो चालता फिरता किराणा दुकानदार होता. डोक्यावर पेटी घेऊन यायचा. त्याच्यामागे पोरं फिरत रहायची. तो जादूचा पेटारा वाटायचा. अजूनही नदीच्या गुडघाभर पाण्यातून चालत जाऊन मामाच्या गावी जायची इच्छा होते. जाणं फारसं होत नाही. काहीतरी आटत चाललंय. फक्त नदीच नाही. कदाचित तेव्हाचे आपण उरलोच नाही. मोबाईल, इंटरनेट कशाकशाची सोबत नसताना महिनोनमहिने आनंदात राहणारे आपण कुठे हरवलो?

•••

प्रेमाबद्दल...

प्रेमावर एवढ्या कथा आल्या; आपली प्रेम करण्याची पद्धत मात्र रुटीनच असते. कित्येक वर्षं गजरा हेच प्रतीक होतं प्रेम व्यक्त करण्याचं. अजूनही प्रेम व्यक्त करायला 'आय लव्ह यू'च्या पुढे गाडी फार सरकत नाही. आपण साधं मराठीत 'आय लव्ह यू'सारखं एखादं वाक्यसुद्धा रूढ करू शकलो नाही. किती मुलं-मुली 'माझं तुझ्यावर प्रेम आहे' असं म्हणत असतील? आपल्या भाषेत प्रेम व्यक्त करता न येणे हीसुद्धा खूप मोठी शोकांतिका आहे.

आजही बघा, नवरा गाडीवर बायकोच्या मागे बसला तर गाढवावर बसवून मिरवणूक काढलीय असा त्याचा चेहरा असतो आणि बघणारेही असंच बघतात. आजही बायकोने काही क्षण पर्स हातात दिल्यावर नवऱ्याचा चेहरा कसा होतो बघा! डॉक्टरने मूतखडा हातात दिल्यासारखे बघतात लोक बायकोच्या पर्सकडे! अगदी रस्त्याने नवरा-बायको हातात हात घेऊन जात असलेलेही सहन होत नाहीत बऱ्याच लोकांना. एकतर आपल्याकडे ही हातात हात घेऊन चालण्याची पद्धत नवीन-नवीन लग्न झाल्यावर काही महिने असते. तेवढंसुद्धा सहन होत नाही लोकांना. लोक म्हणतात, 'बायकोचा हात धरून चालायची काय गरज आहे? ती काय पळून जाणार आहे का?' पण मुळात पळून जाईल एवढ्याच कारणाने हात धरायचा का? आणि जी पळूनच जाणार आहे अशी खात्री असेल तिचा कोण कशाला हात धरेल? परंतु आपल्याकडे साध्या-साध्या गोष्टींवर आक्षेप खूप. त्यात एकनिष्ठ असण्याचा नियम. एकनिष्ठ असणारी माणसं मिरवत नसतात. आणि बऱ्याच नवऱ्यांना बघा, त्यांचं बायकोशी एकनिष्ठ असणं हे प्रीतीपेक्षा भीतीमुळे असतं. स्विमिंग पूलमध्ये हातपाय न हलवता काही लोक जसे पायरीला धरून नुसते एका जागी उभे असतात. म्हणून काही ते त्या पायरीशी एकनिष्ठ असतात असं नाही. बऱ्याचदा त्यांची खोल पाण्यात शिरायची हिंमत नसते. परंतु त्यांनाही आपण एकनिष्ठ वगैरे समजतो. प्रेमात असे गोंधळ खूप असतात. प्रेम मिसिंग असलं की नातं असंच होतं. मग ते ऑफीसच्या कामासारखं होत जातं. आपल्याकडे नवरे बायकांबद्दल केवढे विनोद करत असतात आणि बायका

नवऱ्याबद्दल केवढ्या तक्रारी करत असतात! कधी-कधी असं वाटतं की, काही बायका नवऱ्यांना बाथरूमला वापरायच्या चपलेसारखं समजत असतील. बाथरूमची चप्पल जुनी झाली तरी बदलायचा विचार येतो का मनात? नाही. कारण त्या चपलेच्या क्वालिटीकडे आपण लक्ष देत नाही. उलट, यापेक्षा काय बरं मिळणार आहे बाजारात, असा विचार करून शांत राहण्यासारखी ही गोष्ट आहे.

मोठं झाल्यावर शाळेत रोज खाल्लेला डबा लक्षात राहत नाही. चोरून कधीतरी खाल्लेला डबा आयुष्यभर लक्षात राहतो. म्हणून आपण चोरून कुणाकडे बघतो ते खूप महत्त्वाचं असतं. प्रेमावर विचार करताना असे स्वतःमधलेच, भोवतालचे खूप विरोधाभास लक्षात येत जातात. राहून-राहून वाटतं आपण प्रेम पाहतो, लिहितो, वाचतो, त्यापेक्षा जास्त प्रेम केलं पाहिजे.

•••

आभार

नवऱ्याने परवानगी दिली म्हणून मी करिअर करू शकले किंवा सासू सासरे हो म्हणाले म्हणून मला नोकरी करता आली. असं बोलायची स्त्रीवर वेळ येऊ नये. तिच्या मनाप्रमाणे जगणं हा तिचा हक्क आहे. कुठला नवरा असं बोलतो का, की बायकोने परवानगी दिली म्हणून मी नोकरी करू शकलो? सासू सासरे पाठीशी होते म्हणून मी करिअर करू शकलो? मग स्त्रियांनी नेहमी हे आभार प्रदर्शन का करावं? तिच्या तोंडी जेव्हा, मला या क्षेत्राची आवड होती म्हणून मी या क्षेत्रात आले आणि काम केलं. एवढंच वाक्य येईल तेव्हा खरी समानता.

हुकुमी विनोद

आणीबाणीच्या काळात एका विरोधी नेत्याने खूप छान विधान केलं होतं, सरकार आम्हाला वाकायला सांगत होतं. पण खूप लोक थेट रांगायला लागले. प्रत्येक हुकुमशहाच्या काळात हे होतं. आता Stalin एवढा मोठा हुकुमशहा. त्याच्यावर विनोद पण तेवढेच. तो वारला आणि नंतरचे नेते क्रुश्चेव्ह एकदा भाषण करत होते. Stalin कसा चुकला, त्याने काय अन्याय केले हे क्रुश्चेव्ह सांगत होते. तेवढ्यात श्रोत्यांमधला एक जण म्हणाला, तो एवढा अन्याय करत असताना तुम्ही काय करत होते? क्रुश्चेव्हने प्रेक्षकांकडे पाहिलं, करड्या आवाजात विचारलं, कोण बोललं हे? हात वर करा. सगळे प्रेक्षक शांत बसले. कुणीच हात वर केला नाही. मग क्रुश्चेव्ह बोलला, आता लक्षात आलं? तेव्हा मी काय करत होतो? असाच तुमच्यासारखा शांत बसलो होतो.

हुकुमशाहीत अशा गोष्टी होत असतात. पण समाधानाची गोष्ट म्हणजे हुकुमशाहीमुळे विनोदालाही धार चढते. काही विनोद नकळत होतात. मुंबईत हॉर्नीमन सर्कलला इंग्रज गव्हर्नर कॉर्नवॉलीसचा पुतळा होता. आपले देवभोळे लोक त्या पुतळ्याला पण हात जोडायचे आणि नारळ फोडायचे. पोलीस स्टेशनला इंग्रज अधिकाऱ्याने बोलवलं की घाबरून त्या कॉर्नवॉलीसच्या पुतळ्याला आधी हात जोडायचा आणि नारळ फोडायचा अशी पद्धत होती म्हणे. शेवटी त्या नारळाच्या शेंड्या आणि त्याचा भुसा तिथे राहणाऱ्या इंग्रजांच्या घरात जाऊ लागला म्हणून त्या नारळ फोडण्यावर बंदी आली. आणि कॉर्नवॉलीस नावाचा बळजबरीने झालेला देव लवकरच मागे पडला.

जगभर खूप अप्रतिम विनोद हुकुमशाहीच्या काळात बनलेले आहेत. हुकुमशाही विनोदाला खाद्य पुरवण्यासाठी सगळ्यात सुपीक. शस्त्रांचा मुकाबला शस्त्राने करता येणं शक्य नसताना विनोदाचं अस्त्र काढलं जातं. आणखी एक भारी विनोद आहे, माओवर. माओची एवढी दहशत होती की, तो असताना काही चांगली गोष्ट घडल्यावर लोक म्हणायचे, धन्यवाद माओ! धन्यवाद देवा! हळूहळू माओ म्हातारा झाला. आजारी पडला. एका मुलाने आपल्या वडिलांना विचारलं, माओ आहेत म्हणून आपण म्हणतो,

धन्यवाद माओ! धन्यवाद देवा! पण माओ वारल्यावर काय म्हणायचं बाबा? वडील म्हणाले, फक्त धन्यवाद देवा म्हणायचं.

आपल्या देशातही एकेकाळी खूप उत्तम आणि निर्मळ राजकीय विनोद ऐकवले जायचे. सांगितले जायचे. आता विनोद विषारी होत चाललाय किंवा नष्टच होत चाललाय. मागे चंबळ खोऱ्यातले डाकू शरण यायला सुरुवात झाली. ते सुधारले. त्यांच्यातल्या एकाने निवडणूक लढवायची ठरवली. त्यावर एक खासदार म्हणाले, तो निवडून आला तर लोकसभेत आलेला पहिला डाकू असेल. त्यावर दुसरे खासदार म्हणाले, लोकसभेत खूप डाकू आहेत. सुधारलेला तो एकमेव डाकू असेल.

अमेरिकेच्या एका नेत्याचं त्यांच्या संसदेत भाषण झालं. त्याने आपल्या मित्राला विचारलं, कसं झालं माझं भाषण? मित्र म्हणाला, फक्त तीनच दोष होते. पहिला दोष हा, की तू भाषण कागद बघून वाचलंस. दुसरा दोष हा की तू ते खूप वाईट वाचलं. आणि तिसरा दोष हा की ते भाषण वाचण्याच्या लायकीचं अजिबात नव्हतं. इंग्रज आणि अमेरिकन लोकांमध्ये असा थेट विनोद खूप प्रचलित आहे. अपमान करण्यात त्यांना एक विशेष आनंद होत असेल.

अमेरिकेत ट्रम्प निवडून आल्यावर सगळ्या जगाला आश्चर्य वाटलं. ट्रम्पवर जेवढे विनोद झाले असतील तेवढे दुसऱ्या कुठल्या अध्यक्षावर झाले नसतील. ट्रम्पवरचा मला सगळ्यात आवडलेला विनोद सांगतो. 'ओबामा निवडून आल्यावर हे सिद्ध झालं की कुणीही अमेरिकेचा राष्ट्राध्यक्ष होऊ शकतो. आणि ट्रम्प निवडून आल्यावर हे सिद्ध झालं की अमेरिकेचा राष्ट्राध्यक्ष कुणीही होऊ शकतो.' अमेरिकेच्या राष्ट्राध्यक्षाला एका सरकारी इमारतीचं उद्घाटन करायला बोलवलं होतं. त्या इमारतीची वास्तुरचना अतिशय सुमार होती. तरी अधिकारी मोठ्या कौतुकाने ती इमारत अध्यक्षांना दाखवत होते. इमारत दाखवता दाखवता अधिकारी फुशारकीने म्हणाला, या इमारतीचं वैशिष्ट्य असं आहे की हिला कधीही आग लागू शकत नाही. त्यावर अध्यक्ष तत्काळ म्हणाले, अरेरे! हे तर फारच वाईट आहे. दुर्दैवाने आता नेतेही स्पष्ट बोलत नाहीत आणि अधिकारीही.

चार्लीने हिटलरचं विडंबन करणारा सिनेमा बनवायचं धाडस केलं होतं. असं धाडस फार कमी लोक करू शकतात. ऑस्कर सोहळ्यात खूपदा पुरस्कार स्वीकारताना राजकीय मतं मांडली जातात, ते एखाद्या महत्त्वाच्या प्रश्नाला वाचा फोडण्यासाठीचं व्यासपीठ म्हणून बघितलं जातं. ही गोष्ट खूप शिकण्यासारखी आहे. नाहीतर खूपदा वाकायला सांगितल्यावर रांगायला लागणाऱ्यांची संख्या जास्त असते. जो जास्त वाकेल तो जास्त टिकेल हा आपल्याकडे मंत्र असतो काही जणांच्या जगण्याचा. सुखाने झोप यावी म्हणून नेते पक्ष बदलतात हे आपले डोळे उघडण्यासाठी पुरेसं आहे.

•••

सिंगल तरुणाची कैफियत

प्रिय

तुमच्याशी काय बोलू? म्हणजे काय काय बोलू? कशातच मजा नाही राहिली. पत्त्यात सुद्धा राणी येत नाही मला आता. मायच्यान सांगतो सिनेमा आणि टीव्ही बघणं सोडूनच दिलय. जवा बघाव तवा सासू सुना, नवरा बायको. त्यात पुन्हा एका नवऱ्याचे दोन दोन लफडे. सगळं जखमेवर मीठ चोळल्यावानी वाटायचं. जखम काय इचारता? लाखो सिंगल मधला मी एक. राहुल द्रविड आन लक्ष्मणनी करिअरमधी जेवढे सिंगल काढले नसतेन तेवढे सिंगल मी राज्यात एका हाकेवर गोळा करून दाखवू शकतो. राज्यात उद्योगधंदे किती वाढलेत मी सांगू शकत नाही. पण सिंगल लोकं लई वाढलेत हे मी खात्रीनी सांगू शकतो. शेजारपाजारच्या नवरा बायकोच्या गुलूगुलू गप्पा सोडा त्यांचे भांडणं बघूनसुद्धा जीवाचा तिळपापड होतो. निदान भांडायला तरी आम्हाला कुणीतरी दे म्हणतो आम्ही देवाला. देवसुद्धा परीक्षा घेतोय. आहो, पाऊससुद्धा जूनपासून वाट पाहायला लावून लावून ऑक्टोबरमधी का होईना पडतो. पण आमचं काही होत नाही. दहा दहा वर्ष वाट पाहून आमच्या डोक्यावर लोकाच्याच लग्नातल्या अक्षता पडत्यात. करवले म्हणून जाण्यातच आमची जिंदगी चालली. आम्हाला वाटत नाही का आमचेबी बूट कुणीतरी चोरून न्यावं लग्नात? पण लोकाच्या लग्नात, भुरट्या नेत्याच्या सभेत आमचे बूट चोरीला जाण्यापलिकडं काही घडलं नाही. आम्हालाबी वाटतं कुणीतरी उखाण्यात आपलं नाव घ्याव. पण होळीचे लाकडं चोरले, कुणाच्या मोटरसायकलची हवा सोडली तरच आमचं नाव घेतेत लोकं. एवढा सगळा अन्याय होऊन पण कुणी आमच्या बाजूनी बोलत नाही. एकदा का लग्न झालं की लोकं स्वतःच्या बायकोचाच विचार करतेत. सिंगल लोकांच कुणाला पडलेलं नाही.

जमाना आसा आलाय की ज्याला त्याला आपलं पडलय. आपण आपल्या लग्नाचा विषय काढावं तं लग्न केलेले माणसं आसं वंगाळ तोंड करतेत की आपला पार उत्साहच निघून जाव. लग्न झालेल्या लोकांना लग्नाबद्दल वाईट बोलायला काय जातं? हे म्हणजे

स्वतः बसमधी बसल्यावर खालच्या माणसाला म्हणायचं, 'येऊ न्को. लई गर्दीय. जागा नाही.' पण सिंगल माणसाची हौस अशी जाईल का? एकदा हात मोडल्याशिवाय आपल्या हाताला प्लास्टर लागणारय का? आन प्लास्टर लागत नाही तवर आपल्या हातावर कुणी लवकर बरा हो लिहिणारय का? मला सगळे इचारतेत की तुला काय एवढी लग्नाची फिकीर पडलीय? ज्यांचे झालेत ते कोणचे सुखात दिसतेत तुला? पण मी म्हणतो कुणी आपली काळजी कराव वाटत आसल त आधी कुठतरी पडाव त लागल. एक मित्र त म्हणला आरे येड्या लग्न म्हणजी एक अपघात असतो. अपघात. मी म्हणलं चालल आपल्याला. धडधाकट माणसाला कोण इचारतय नाहीतरी? टक्कल केल्याशिवाय घरचे बरेयत का नाहीत हेबी इचारीत नाहीत कुणी. यकदा आमचा झेडपीतला दोस्त तिरुपतीला जाऊन आला. त त्याला झेडपीत सगळे इचारायला लागले. कोण? आई का वडील? त्यो सांगू सांगू हैराण झाला. दोघंबी सुखरूप हायेत. मी तिरुपतीला गेलतो. त सांगायचा मुद्दा आसा की काहीतरी केल्याशिवाय कुणी इचारीत नाही. तुम्हाला वाटल आसल मी विषय भरकटून टाकला. पण तसं नाही भाऊ. तुम्ही कोणताबी विषय काढा मी लग्नावरच आणतो का नाही बघा. सिंगल माणसाचं डेडीकेशनच तेवढं आसतं. पाऊस झाला की म्हातारे कोतारेबी एकदम टवटवीत दिसतेत. पण सिंगल माणूस एकदम सरकारी रस्त्याची लाज निघाव तसा उघडा पडतो. डांबर जाऊन पार खालचा मुरूम दिसतो तसा. आन एवढ सगळं असून कुणी आमच्या बद्दल बोलतबी नाही. सिनेमा, मालिका पाहायला सुरुवात केली की हिरो प्रेमात पडणार. त्याचं थाटात लग्न होणार. म्हणजे निव्वळ आम्हाला टुकू टुकू माकड केल्यावानी.

अर्थसंकल्प आला, पंचवार्षिक योजना आली, वेतन आयोग आला तरी आम्हाला काय त्याचं? बिनलग्नाच्या पोरांची काहीतरी सोय लावा आस कुणी बोलतं का? आरे प्रत्येक जातीचे मतदार असतेत तसे बिनलग्नाचेबी प्रत्येक जातीत असतेत ना. का आम्ही आता एखादी संघटनाच काढाव आमच्या मागण्या मांडायला? का मोर्चा काढाव? शेती असून पोरी नाही म्हणत्यात आम्हाला. शहरातला नवरा पाहिजे म्हणत्यात. आन आम्ही काय फक्त ह्यानला नागपंचमीला झोके बांधून द्यायचे का झाडाला? आमचा विचार करा राव.

तुमचाच

बी एस्सी. [सिंगल]

•••

अर्पणपत्रिका

पुस्तकांच्या अर्पणपत्रिका हा एक फार सुंदर विषय आहे. आपल्याकडे खूपदा अर्पणपत्रिका टिपिकल असतात. काही लोक थेट प्रकाशकालाच पुस्तक अर्पण करतात. इंग्रजीत एका लेखकाने आपलं पुस्तक बायकोला अर्पण केलं आणि त्यात लिहिलं की, जिच्यामुळे हे पुस्तक लिहायला सहा महिने उशीर झाला. एखा जुन्या मराठी पुस्तकाची अर्पणपत्रिका नुकतीच वाचली. श्री ज जोशी यांच्या पुस्तकाची अर्पणपत्रिका आहे.

'एक वेळ आपली पुणे म्युनिसिपाल्टी सुधारेल,
पण हा आमचा मुलगा सुधारणार नाही.'
असे माझे वडील थट्टेने म्हणत.

त्या [कै] पुणे म्युनिसिपाल्टीस.
श्री ज जोशी.

आता हे धाडस कोण करेल ? आणि तो लेखक किती ट्रोल होईल याचा विचारही करू शकत नाही. एकूण पन्नास वर्षांपेक्षा अधिक काळ होऊन गेला असेल या पुस्तकाला. पण आजही जवळपास सगळ्या महापालिका आपल्याबद्दलचं मत टिकवून आहेत. चुकून कुणी चांगलं म्हणेल की काय अशी भीती वाटत असल्यासारख्या महापालिका एकमेकापेक्षा अस्वच्छता कशी वाढेल याचा प्रयत्न करत असतात. त्यांच्यातल्या सातत्याला सलाम म्हणून कदाचित एखादी नवी अर्पणपत्रिका लिहिली जाईल.

पुरुष

बॉसला घाबरणारे पुरुष
भुताला घाबरणारे पुरुष
मांजर आडवी गेली तरी घाबरणारे पुरुष
रस्त्यावरच्या लिंबूमिरचीला घाबरणारे पुरुष
फोनची BATTERY संपायला आली तरी
घाबरणारे पुरुष
घाबरून मोबाईलला किचकट पासवर्ड ठेवणारे
पुरुष
भुताचा सिनेमा पाहताना आपण घाबरतो असं
अभिमानाने सांगणारे पुरुष
आपण बायकोला घाबरतो हे सांगायला का
लाजतात कळत नाही ?

हॅप्पी न्यू इअर!

[एक तरुण फटाका पेटवताना दिसतोय. जित्या. जित्या फटाका पेटवताना जरा दचकतो. एक दोनदा पेटलाय असे समजून मागे जातो. काही अंतरावरून एक वृध्द काका बघताहेत. त्यांच्या चेहऱ्यावर केविलवाणे भाव. ते बघून जित्या आणखी वैतागतो. आता तो वाती पेक्षा त्यांच्याकडेच जास्त बघतोय. त्यांच्या चेहऱ्यावर आणखी कीव करणारे भाव. जित्या वैतागून त्यांच्या जवळ येतो.]

जित्या : काय चाललय तुमचं?

काका : माझं कुठे काय चाललय? उलट मी तुझं काय चाललय ते बघतोय.

जित्या : हे बघा काका, मी पाहिलंय तुम्हाला. तुमचं काय चाललं होतं ना ते मी बघत होतो.

काका : अरे बाळा, मी इथे असा एका जागी उभा आहे कधीचा. हललोसुद्धा नाही.

जित्या : हो पण काहीतरी चाललं होतं...

काका : हे बघ सोन्या, या वयात माझ्या फक्त गवऱ्या मसणात चालल्यात. त्यापलीकडे काही चालू नाही.

जित्या : तुम्ही तुम्ही माझ्याकडे का बघत होते?

काका : तुझ्याकडे नाही रे फटाक्याकडे बघत होतो.

जित्या : खोटं बोलू नका. तुम्ही कीव केल्यासारखे बघत होते.

काका : ते खरंय.

जित्या : पण का? माझी कीव करणारे तुम्ही कोण?

काका : तुझी नाही रे मला फटाक्याची कीव येत होती.

जित्या : फटाक्याची कीव?

काका : हो. फुटायचं सुद्धा नशिबात नाही त्याच्या.

जित्या : फुटेल आता फुटेल.

काका : पण तुला लक्षात आहे ना? आज दिवाळी नाही रे. ३१ डिसेंबर आहे.

जित्या : वाटलच मला. तुम्ही ते टिपिकल फटक्याला विरोध करणारे असाल. नव्या वर्षाच्या स्वागताला फटाके फोडले तर काय बिघडलं?

काका : अरे पण फटाके फोडायची काय गरज आहे? शांतपणे साजरं करता येईल ना नवीन वर्ष. तरी तुला फोडायचे तर फोड. पण एक सांगू का? मला तुझी स्टाईल आवडत नाही रे फटाके फोडायची. मजा नाही. फटाका कसा एका झटक्यात फुटला पाहिजे. त्यात तू स्वतःच एखाद्या फटाक्याच्या वातीसारखा दिसतोस. खरं म्हणजे स्वतःच पेटायचं सोडून ही वात अगरबत्ती घेऊन का फिरतेय असं वाटतं तुला बघून.

जित्या : तुम्ही माझ्या तब्येतीवर जाऊ नका. सांगून ठेवतो.

[काका त्याच्याकडे नुसतेच बघताहेत. काही क्षण तसेच.]

जित्या : असे काय बघताय माझ्याकडे?

काका : दांडियाच्या वेळी तुझ्या हातात टिपऱ्या असल्यावर तू कसा दिसत असशील रे? टिपऱ्यानी टिपऱ्या घेतल्यासारखं वाटत असेल.

जित्या : तुम्हाला माहित नाही मी कोण आहे? माझ्या रील्स पहिल्यात कधी? एका एका व्हिडीओला पाच पाच हजार लाईक असतात.

काका : कुत्र्याचा व्हिडीओ टाकला तरी पन्नास हजार लाईक येतात. तू अजून पाच हजारावरच अडकलायस?

जित्या : हे बघा काका, तुम्ही तुमचं काम करा. मला फटाके फोडू द्या.फटाके फोडायची कुठे स्टाईल असते का? काहीपण बोलता आपले.

काका : अरे कानफाड फोडायची पण एक स्टाईल असते. मला सांग तो अजय देवगण सिनेमात व्हिलनला असा हळूच चापट मारताना दिसला तर कसं वाटेल? (त्याला हळूच चापट मारतात.) चांगलं नाही ना वाटणार. प्रत्येक गोष्ट फोडायची वेगळी स्टाईल असते. मला सांग तू कधी मटणाची नळी फोडलीय? म्हणजे ती फुटते का रे सोन्या तुझ्याकडून?

जित्या : हो फुटते. खेकडा सुद्धा दातानेच फोडतो मी. पण त्याचा आणि फटाक्यांचा काय संबंध?

काका : प्रत्येक गोष्टीची एक पद्धत असते हे सांगायला मी डोकं फोडतोय रे.

जित्या : फार झालं तुमचं. तुम्हीच सांगा बरं फटाके फोडायची काय पद्धत असते?

काका : तू जे मगाचपासून फटाक्यापाशी जातो आणि वातीला अगरबत्ती लागायच्या आधीच घाबरून मागे पळून येतोस ना ही चुकीची पद्धत

आहे. म्हणजे फारच फालतू पद्धत आहे. म्हणजे काहीच्या काही लाजिरवाणी पद्धत आहे. म्हणजे तू एवढा भित्रा का आहेस बबड्या? त्या वातीला अगरबत्ती तर लागू दे. तू आधीच का पळतोस? बरं दिसतं का ते? मला सांग सिनेमात तो रणवीर सिंग कीस करायला दीपिकाजवळ आला आणि फक्त बोट लावून परत गेला तर कसं वाटेल? किंवा रितिक रोशन आणि व्हिलनची मारामारी चालू आहे आणि तेवढ्यात रितिक जर बोटाला जीभ लाऊन टाईमप्लीज म्हणाला तर कसं वाटेल? तू असा घाबरून माघारी आला की फार वाईट दिसतं रे ते.

जित्या : अहो पण फटाके फोडताना सावध रहायला नको का?

काका : मला सांग या सोसायटीत किती लोक राहतात.

जित्या : पाचशे तरी असतील.

काका : मग त्या पाचशे लोकांनी पण सावध राहायला नको? का तू एकटा सावध असला म्हणजे झालं? त्यांना काय माहित कधी फटाका फुटणार? कुठे फुटणार? त्यांनी का बेसावध रहायचं?

जित्या : म्हणजे तुमचा फटाके फोडायला विरोध आहे.

काका : नाही रे. तुझ्या स्टाईलला विरोध आहे. नको नको असं नको.

जित्या : पण का नको?

काका : कारण रात्रीचे बारा वाजलेत रे छोट्या.

जित्या : म्हणजे तुम्ही मला फटाके फोडू देणार नाही. तुम्हाला ते भोंगे मात्र चालत असतील.

काका : (फोन दाखवतो) बघितलं. मी भोंग्याविरोधात केलेली तक्रार. तू केलीस कधी पोलिसात तक्रार? नाही. तुझ्या माझ्यासारख्या लाखो लोकांनी तक्रार केली ना की काहीच ध्वनी प्रदूषण होणार नाही. पण आपण तक्रार फक्त एकमेकांकडे करतो. पोलिसात नाही.

जित्या : तरी मी फटाके फोडणार.

काका : फोड ना. पण घाबरू नको. हिंमत दाखव. तू अगरबत्तीएवढा असलास तरी लाजू नकोस. फटाका पण छोटाच आहे. काही होत नाही रे. दरवर्षी शंभर दोनशे लोक मरतात. पण त्यात एवढं घाबरायचं कशाला? फोड. फक्त (करून दाखवतो) ते अगरबत्ती वातीला लागायच्या आत पळायचं नाही.

जित्या : अहो पण मग काय फटाका फुटेपर्यंत तिथेच थांबू?

काका : खरं तर आपण केलेल्या कामाची पूर्ण जबाबदारी घ्यायची असते. पण तू किमान काम सुरू होईपर्यंत तरी थांब. हिंमत हरू नकोस. जे करायचं ते डेअरिंगने.

जित्या : मला एक सांगा. तुम्ही कोण मला हे सांगणारे? तुम्ही कधी लवंगी फटाका तरी फोडलाय का आयुष्यात? लागले मला शिकवायला.

काका : अरे बाळा मी रिटायर्ड कर्नल आहे. कारगिल युद्धात होतो. तिथे मी खरे खुरे बॉम्ब फोडलेत. देशासाठी वेळ आली की करावं लागतं. पण साधा सुतळीबॉम्ब फोडायला घाबरणारा तरुण बघून वाईट वाटणारच ना.

(जित्या खजील होतो.)

काका : फोड. फोड. लाजू नको. फक्त आवाज कुठे करायचा आणि कधी करायचा याचं भान ठेव. आणि हो, आवाज करायचा तर एवढ्या मोठ्याने कर की शत्रूचे कान बधीर झाले पाहिजेत. फक्त इथे तुझ्या सोसायटीत कुणी शत्रू आहे का त्याचा विचार कर.

(जित्या मानेनेच नकार देतो.)

काका : बेटा, आम्हीही या चुका केल्यात. स्वतःच किल्ले बनवायचो आणि स्वतःच फटाके लावून फोडून टाकायचो. खूप वेळ लागतो आपली चूक लक्षात यायला. प्रत्यक्ष युद्धाच्या मैदानात गेल्यावर कळलं फटाके कुठे फोडायचे ते. आणि त्याच्यासाठी खूप हिंमत लागते.

(जित्या अगरबत्ती विझवू लागतो.)

काका : अरे विझवू नको. फोड. छोटा फटाका आहे.

जित्या : नाही काका. ही वेळ चुकीची आहे. आणि जागापण. (काकाच्या पाया पडतो.) आता इथून पुढे जे काही करीन ते डेअरिंगने. आणि डेअरिंग रात्री बेरात्री फटाके फोडण्यात नसते.

काका : शेवटची गोष्ट सांगतो. नेहमी लक्षात ठेव. फटाके आणि शिट्टी या दोन गोष्टी अशा आहेत ज्या आपण वाजवण्यात तेवढी मजा नसते. आपल्यामुळे लोकांना वाजवायची इच्छा झाली पाहिजे. देशाला जिंकून देणारा विराट कोहली हो. फटाके वाजू दे. मनं जिंकणारा रजनीकांत हो. एन्ट्रीला शिट्ट्या वाजू दे.

जित्या : (काकाला मिठी मारतो.) नवीन वर्षाच्या शुभेच्छा काका!

हॅप्पी न्यू इअर!

•••

गेम!

(एक जण इकडे तिकडे बघत येतो. अतिशय निराश...केविलवाणा... त्याला बसायला जागा सापडते. अचानक मोबाईल काढतो...तो देसी आहे...)

देसी : हलो...हां...देसी किलर बोल रहा हूं... ...आ रहा हैं क्या?..हां मैं तो कबसे वेट कर रहा हूं....आ. आज नहीं सालोंका खिमा बना दिया तो मेरा नाम देसी किलर नहीं. जल्दी आ...कुत्तोकी वाट लगायेंगे....

(देसी आता हेडसेट लावतो...आणि युद्ध सुरू झाल्यासारखा ओरडू लागतो...तिथून जात असलेले नाना हे बघताहेत...)

देसी : इधरसे आ....कोपचेमे जा.....वहांसे कलटी मार डॉन.....हां...मैं आ गया....मार सालेको...उसके भेजेमें गोली मार...मार....अरे मेरी वाट लग गई. मुझे पॉवर दे...मैं मर रहा हूं...अरे यार....मैं मर गया....

(देसी निराश होतो. पुन्हा मरगळलेल्या अवस्थेत बसून राहतो... नाना त्याच्या जवळ जातात. त्याला निरखून बघू लागतात. जिवंत आहे का चेक करतात...)

देसी : ओ काय झालं?

नाना : अबे तू जिवंतय का ते चेक करून राह्यलो.

देसी : म्हणजे?

नाना : आता त म्हणत होता ना मर गया...मर गया...

देसी : अहो मी गेम खेळत होतो.

नाना : अबे पण एवढा आरडा ओरडा करून खेळशीन त एखाद दिवशी खरोखरचा गेम होऊन जाईन बरं.

देसी : नाना तुम्ही जाऊ द्या हो.. तुम्हाला नाही कळणार गेममध्ये काय थ्रील असत ते.

नाना : अरे थ्रील असू दे ना. पण आता कायले आस थोबाड लटकून बसला मंग? खर्रा चोळायची पन्नी पायली का तू कधी?

देसी : नाही.

नाना : सेम तुया थोबाडासारखी दिसते. येवढ्याच आढ्या पडलेल्या असतात. असाच चोळामोळा झालेला.

देसी : अहो मी हरल्यामुळे अपसेट झालोय.

नाना : अरे भैताड तुह्या जिंदगीत अपसेट व्हायला किती साऱ्या गोष्टीयत. तू कॉलेजमध्ये नापास झाला. तुले नौकरी नाही. आजकाल सख्खा बाप तुला सावत्र बापासारखा वागवते.

देसी : लोकांना माझी कदर नाही. एक दिवस माझं गेमिंगचं channel सुपरहिट होईल ना तेव्हा कळेल. माझे वडील स्वतः मला चहा आणून देतील.

नाना : अरे बावळ्या तू आजसुद्धा ह्यो गेमचा नाद सोडला ना त तुझा बाप सकाळ संध्याकाळ तुला चहा करून देईल. हातानी. पण तू आधी हा फालतू धंदा सोड.

देसी : फालतू धंदा? नाना ही माझी आवडय.

नाना : अरे पण तुझ्या ह्या आवडीपाई तुझं लग्न जमत नाही ना.

देसी : काय कमीय हो माझ्यात नाना?

नाना : अरे पोरीकडचे लोकं आजकाल जास्त अपेक्षा ठेवतात. प्रश्न विचारतात. मला सांग तुला काय येतं?

देसी : मी गेममध्ये एक्स्पर्टय.

नाना : अरे पण मोबाईलवर गेम खेळणाऱ्याला कोण पोरगी देईल. लग्नासाठी पोरगा सोताच्या पायावर उभा असला पाहिजे. तू त गधड्या दोन मिनिट पायावर उभा रहात नाही. कुठं तरी बूड टेकवून, कोपचेमें आ...मार मार...अरे मर गया... असली बडबड करत राहतो.

देसी : बडबड नाही करत फक्त मी नाना. तुम्हाला लक्षात येणार नाही. पण माझ्या बोटात जादूय. मी ज्या वेगात मोबाईलचे बटन दाबतो ना ते कुणीच करू शकत नाही.

नाना : अबे नालायका, तू फास्टमधी मोबाईलचे बटन दाबतो म्हणून तुला कोण पोरगी देईल का? उद्या लग्न झाल्यावर पोरीच्या बापानी काय सांगायचं? आमचा जावई मोबाईलवर गेम खेळतो. अबे तोंडात शेन घालतील ना लोक. असा गेमाड जावई कोण करून घेईल? मले सांग लग्न झाल्यावर तुझी बायको काय सांगल लोकाले? नवरा कुठय त

म्हणे मोबाईलवर. मोबाईलचं कव्हर सुद्धा वर्षा दोन वर्षात बदलतं. पण तू जो दहा वर्षापासून मोबाईलला चिकटला ते चिकटलाच. अरे तुला चष्मा लागला त तुझ्या आईला वाटलं माझा पोरगा किती अभ्यास करत आसल. पण तू साल्या गेमाड निघाला. आई बापाला वाटायचं पोरगा कलेक्टर होईल. लोक सलाम ठोकतील. पण भैताडा तू असाच वागत राहिला त तुला लोक नुसताच ठोकतील.

देसी : नाना एक दिवस हा देसी किलर जगात फेमस होतो का नाही बघा. मग लोक मला पैसे देतील. गेमिंगवाल्याने त्यांचं नाव घ्यावं म्हणून लोक शंभर शंभर रुपये देतात.

नाना : अबे जरा तुह्यावाले कॉलेजचे दिवस आठव. नातेवाईक, दोस्ताच्या लग्नात तू जमिनीवर लोळून नागीण डान्स करायचा त हजार दोन हजार रुपये त युं भेटायचे तुला. अर्ध्या तासात. त्याच्यात करिअर करायचं. एका सिझनमध्ये वर्षाचा खर्च निघाला असता तुझा.

देसी : अहो पण लग्नात दरवेळी आपण मुलाकडून नसतो नाना. आणि मुलाच्या बाजूने असलो तर नाचता येतं. मुलीकडून असल्यावर कसे नाचणार लग्नात?

नाना : अबे मुलीकडून असल्यावर बूट चोरायचे नवरदेवाचे. हजार रुपये त कुठं नाही गेले.

देसी : नाना, नवरदेवाचे बूट चोरणे हे करिअर आहे का?

नाना : अबे मोबाईलवर गेम खेळण्यापेक्षा त चांगलय ना. निदान बूट परत देईपर्यंत नवरदेव इज्जत तरी देतो. मोबाईलवर गेम खेळणाऱ्याला कोण इज्जत देतो बे? अरे मोबाईलवर दिवस रात्र गेम खेळणाऱ्या पोरांपेक्षा कुत्र्याचे जास्त लाड करतात लोक घरात.

देसी : आता तुम्ही जरा अतीच करताय नाना...

नाना : अरे खर बोललं त सक्ख्या मायला राग येतो. आता मले सांग बाप लाडानी घरात चेंडू आणतो. म्हणतो का बुवा पोरगा खेळल चेंडू. पण चार दिवसांनी पायतो त चेंडू कुत्रा खेळून रायला आन पोट्टा मोबाईल खेळून रायला. काय वाटत आसल बापाले? अरे लाडाकोडानी वाढवलेला पोरगा जेव्हा एखाद्या दगडासारखा मोबाईलमध्ये मान खुपसून बसलेला दिसला ना की बापाला नशिबानीच आपला गेम केला आस वाटतं. लहानपणापासून दूध, तूप, काजू, बदाम खाऊ घालून मोबाईलवर गेम खेळायला मोठा केला का असं वाटतं?

देसी : अहो प्लेयिंग इलेव्हनमध्ये तर मी तेंडुलकर आहे.

नाना : खबरदार जर सचिन तेंडुलकरचं नावसुद्धा घेतलं तर... बुटानीच मारीन तुला. अरे सचिन तेंडुलकरच्या bat चं वजन सुद्धा उचलता येणार नाही तुला. तो विराट कोहली ग्राउंडला दहा चकरा मारू शकतो. एकदा का तू मोबाईलमध्ये घुसला की तुला बेडरूममधून बाथरूमला चक्कर मारायचं जीवावर येतं.

देसी : असं काही नाही नाना. सगळ्या खेळांना प्रतिष्ठा मिळाली पाहिजे.

नाना : मिळाली पाहिजे. पण खेळ पण तसा पाहिजे ना. तू मोबाईलवर पत्ते खेळतो. अरे खेळाडू फुटबॉलच्या मैदानात आले की लोकांना टाळ्या वाजवाव्या वाटतात. पण मोबाईलमध्ये गेम खेळणारा दिसला की कानाखाली वाजवावी वाटते.

देसी : नाना मोबाईलवर गेम खेळून एकाग्रता वाढते. फोकस वाढतो. कारण आपलं लक्ष फक्त आणि फक्त मोबाईलवर असतं. आणि तुम्हाला माहित नाही आता गेमिंगमध्ये किती पैसा आहे. लाखो रुपये कमवतात लोक. फुकट वेळ घालवायला मी काय वेडा वाटलो तुम्हाला?

नाना : किती लोकांचं भलं होतं? पाच पन्नास? पण या गेमिंगच्या नादानी करोडो पोरं बरबाद होतात त्याचं काय? चार दोन लोक कमवणार आणि बाकीचे बरबाद होणार ह्याला काय अर्थय?

देसी : असं कसं म्हणता? फक्त मोबाईलगेमला नाव नका ठेऊ. क्रिकेटमध्ये देशातून फक्त अकरा खेळाडू निवडतात. बाकिच्यांच काय होतं?

नाना : अरे भैताड, क्रिकेट खेळून, फुटबॉल खेळून किंवा कुठलाही मैदानी खेळ खेळून नुकसान होत नाही. उलट शरीरासाठी चांगलच राहते ते. तुमची नाही टीममध्ये निवड झाली तरी वेळ वाया जात नाही. शरीराला व्यायाम होते. आरोग्याला फायदा होतो. मोबाईलमध्ये गेम खेळून एकातरी अवयवाचा फायदा होते का? उलट स्वतःचे डोळे खराब आणि अख्ख्या घराचं डोकं खराब होते.

देसी : पण पैसे मिळतात ना...

नाना : पैसे तर पत्ते खेळणाऱ्याला पण मिळतात. पण इज्जत मिळते का? जो आदर विश्वनाथन आनंदला मिळतो तो मोबाईलवर गेम खेळणाऱ्याला मिळणारय का? जी लोकप्रियता मेस्सी आणि रोनाल्डोला मिळते ती लोकप्रियता लुडो खेळणाऱ्याला मिळणारय का? लोकप्रियता जाऊ दे

मला सांग तू असाच मोबाईल गेम खेळत राहिला तर तुला बायको तरी मिळणारय का?

देसी : पण हे मुलींचं चूकय. क्रिकेटपटूचे फोटो लावतात डीपीला आणि मोबाईल गेम खेळणाऱ्याला नाक मुरडतात.

नाना : बराबरय ना. अबे शेतात काम करायला माणसं भेटत नाही म्हणून बाप बैलासोबत शेतात राबते आणि पोरगा गावात लुडो खेळत असते. ते बघून बापाला पोरापेक्षा बैलाचंच जास्त कौतुक वाटल ना. पोरांची ही सवय फक्त आई बापाचं डोकं उठवत नाही, पोरांना चार माणसातून उठवते. ह्यानी एकाग्रता वाढत नाही. एकलकोंडेपणा वाढतो. ह्या गेमनी फोकस वाढत नाही. आहे तो डोळ्याचा फोकस पण जातो. कुठल्या स्पर्धेत नंबर येत नाही. फक्त चष्म्याचा नंबर वाढत जातो. आधी लोकाला दारू सोड, तंबाखू सोड सांगाव लागायचं. आता मोबाईलचा नाद सोड म्हणावं लागतं. बेटा तुला एक सांगू का? मैदानात खेळायला गेल्यावर पोराला हाता पायाला लागतं. पण त्यातून पोरगं strong होतं. पोरगं मोबाईलमध्ये खेळायला लागलं ना की पोराला काही लागत नाही. पण आई बापाच्या मनाला लागतं.

•••

प्रिय...

आज तुला काहीतरी सांगायचंय. समोर सांगू शकणार नाही. कारण लग्नाआधी असलेला तू आणि आताचा तू यात जमीन आसमानाचा फरक पडलाय. तुला बाईकवरून फिरायला आवडायचं. आपण पुण्याहून गोव्याला बाईकवर गेलो. पण लग्न झाल्यावर मात्र तुझी पहिली प्रेयसी असलेली बाईकपण तुला आवडेना झाली. फिरायला जायचा विषय निघाला की तुझी पाठ दुखू लागते. खरं तर कॉलेजमध्ये बाईकवर हेल्मेट घालून आलेला निरंजन मला आवडला होता. पाहताक्षणी. तू थाटात हेल्मेट काढून आरशाला अडकवताना पाहिलं होतं तुला पहिल्यांदा. तुझं लक्ष नव्हतं. पण तुझ्या जवळून काही अंतर दूर गेले तेव्हा तुझ्या लक्षात आलं, की मी वळून वळून तुझ्याकडे बघतेय. तू बाईकच्या आरशात बघत होतास. मला काहीच कल्पना नव्हती. पण तुलाही मी त्याच क्षणी आवडले होते. सहसा मुलं कॉफी घेऊया का? असं विचारतात मुलींना. पण तू मला काय विचारलं होतंस? बिअर घेणार का? मला हसू आलं. पण तू सिरिअस होतास. तू मूर्ख आहेस असं वाटलं होतं. पण त्याचक्षणी हे रसायन काहीतरी वेगळं आहे हे लक्षात आलं होतं. हळूहळू आपण कॉफीच्या निमित्तानेच भेटू लागलो. मी खूप शपथा घातल्यावर तू बिअर पिणार नाहीस असं वचन दिलंस. त्या दिवशीच आपण दोघांनी लग्न करायचा निर्णय घेतला. आपल्या लग्नाच्या दिवशीच मला माझ्या कंपनीने काढून टाकलं कामावरून. तू खूप निराश झालास. पण मी तेव्हाही म्हणाले होते आणि आजही म्हणते, तू नेहमीच माझ्यासाठी लकी आहेस.

लग्न होऊन दोन वर्ष झाले. आधी आपण सिनेमे बघायचो. नाटक बघायचो. आता फक्त एकत्र स्वप्न बघतो. तुला खूप दिवसांपासून कार घ्यायची होती. खरं तर कार हे तुझं स्वप्न नाही. तुझं वेड होतं ते. एखाद्या सुंदर मुलीकडे वळून वळून बघावं तसा तू रस्त्यातल्या कारकडे बघायचास. तुला सगळ्या कारची नावं आणि माहिती पाठ असायची. खूपदा आपण बोलत असलो तरी तुझं लक्ष टीव्हीवरच्या कारच्या

जाहिरातीकडे असायचं. दोन वर्ष आपण सगळी हौसमौज टाळून कारसाठी पैसे जमवले. लोनची तयारी केली. पण ऐनवेळी कारचे भाव वाढले. तू निराश झाला होतास. एखादा लहान मुलगा रुसून बसावा तसा तोंड लटकवून बसला होतास. माझ्या नावावर असलेली एफडी मोडायचा विचार तुझ्या डोक्यात आला नाही. पण ती आपल्या छोट्या मोठ्या अडचणीसाठीच होती. ती एफडी मोडून आपण नवीन कार घेतली. शोरूममध्ये मी कारची पूजा करत होते तेव्हा खरं तर कारपेक्षा तुझ्याकडेच जास्त बघत होते. किती आनंदी होतास तू! गेल्या दोन वर्षात एवढा आनंद तुझ्या चेहऱ्यावर मी कधीच पाहिला नव्हता. मी कारवर स्वस्तिक काढत असताना तू दहावेळा सूचना देत होतास. ते कुंकू निघेल ना. नारळ सुद्धा किती दूर फोडला. उगीच कारवर उडू नये अशी भीती वाटली तुला. आपल्या घरात एखादं लहान बाळ आलंय असंच वाटू लागलं मला. सीटला असलेले प्लास्टिकचे कव्हरसुद्धा काढायला तयार नव्हतास तू कितीतरी दिवस. मला चांगलं आठवतय घरात येताना तू कितीदा तरी सरळ बूट घालूनच येतोस. मी नुकतीच साफ सफाई केलेली असते आणि तू बिनधास्त पाय न धुता घरभर फिरत असतोस. पण कारमध्ये बसताना मात्र तू नेहमी पाय झटकतोस. जराही माती चालत नाही तुला कारमध्ये. मी जेवढी घरातल्या सोफ्याची आणि बेडची काळजी घेते त्यापेक्षा जास्त तू कारची काळजी घेतोस. खरं तर मला मनातून कौतुकच वाटतं. कारच्या निमित्ताने का होईना तुला साफसफाईची आवड लागतेय हे बघून आनंदच होतो मला. माणसाला जी गोष्ट मनातून आवडते ती तो जीवापाड जपतो म्हणतात. पण हेच मला जरा निराश करतं. कारण तू घरातल्या गोष्टींना एवढं जपत नाहीस. पण तरीही मला तुझा आनंद जास्त महत्त्वाचा वाटतो. कार चालवताना तू जेवढा फोकस्ड असतोस ते बघत रहावं वाटतं.

कार घेऊन आता सहा महिने झाले. तुला कारची वाटणारी काळजी कमी झाली नाही. पण कारमध्ये माझं असणं कमी झालं. तुझी बाईक आणि मी एकाकी झालो तुझी कार आल्यापासून. काहीही झालं तरी बाईक विकायची नाही हे आपण ठरवलं होतं. माझं कारण वेगळं होतं. आपण केवढे फिरलोय त्या बाईकवर. तीच तर आपल्या प्रेमाची, एकमेकांना पहिल्यांदा पाहण्याची निशाणी आहे. तुलाही बाईक विकायची नव्हती कारण जवळ कुठे जायचं असलं, पार्किंग नसलेल्या ठिकाणी जावं लागणार असेल तर बाईक कामी येते. आपण बाईक तशीच राहू दिली. पण कितीतरी दिवस तिच्यावरची धूळ तशीच असते. परवा तुला नाक्यावर जायचं होतं म्हणून तू बाईक काढलीस. पण ती सुरूच होत नव्हती. तू वैतागलास. तिलाही राग आला असेल रे. एवढे दिवस दुर्लक्ष केल्यावर कुणीही नाराज होणारच. पण तुझ्या ते लक्षात आलं नाही. खूप गोष्टी तुझ्या लक्षात येत नाहीत. किंवा लक्षात येत असतील पण तू तसं दाखवत नाहीस.

दोन महिन्यापूर्वी आपण तुझ्या मामांना भेटायला गेलो होतो भोरला. घाट उतरल्यावर मी म्हणाले मी कार चालवू का? मला शिकव ना. तर तू किती वाईट पाहिलं होतस माझ्याकडे. त्याआधीही तू मला असा लूक दिलास. कधी बोललास. पण मला वाईट वाटलं नव्हतं. एकदा कारचा दरवाजा चुकून जोरात बंद झाला माझ्याकडून तर किती जोरात खेकसला होतास तू. एकदा कॉफी सांडली माझ्याकडून कारमध्ये तर तासभर किरकिर करत होतास. मला वाटायचं की या कारमध्ये मी फक्त प्रवासी आहे. कारची मालक नाही. पण तरी मी दुर्लक्ष करत गेले. हसण्यावारी नेत गेले. पण मी कार चालवू का असं विचारल्यावर तू ज्या पद्धतीने माझ्याकडे बघितलं ते फार जिव्हारी लागलं. मला चालवता येणार नाही याची तुला खात्रीच होती. खरं तर तोपर्यंत मलाही खात्री होती. मला नाही कार चालवता येणार. आणि मला चालवायचीही नव्हती. हक्काचा नवरा कार चालवायला असताना मी का शिकू? असाच विचार होता माझा. पण त्या दिवशी पहिल्यांदा मला माझीच कीव आली. मी पुन्हा कधीच तुझ्या कारमध्ये बसायचं नाही हे ठरवून टाकलं. गेले दोन महिने मी कारमध्ये बसणं टाळत आले हे तुझ्या लक्षातही आलं नाही. पण आणखी एक गोष्ट तुझ्या लक्षात आली नाही. मी माझ्या कानातले विकले. घरात बसून तसेही ते घालायची वेळ येत नाही. आणि ते एवढे छोटे होते की विकून दोन महिने झाले तरी तुझ्या लक्षातही आलं नाही. पण मी त्याचं काय केलं ते ऐक. मी ड्रायव्हिंग क्लास लावला.

निरंजन, एक आठवडा झाला मी ड्रायव्हिंग क्लासला जाते. क्लासवाला माणूस मला ब्रेक, क्लच वगैरेबद्दल सांगत असतो. पण माझं लक्ष नसतं. तो खूपदा स्पीडब्रेकर आल्याची आठवण करतो. एवढी मी स्वतःमध्ये मग्न असते. आज अचानक क्लासवाला माणूस म्हणाला, आता तुम्ही स्वतः चालवा. मी हैराण झाले. माझा माझ्यावर विश्वास नाही आणि या अनोळखी माणसाला माझ्यावर कसा विश्वास वाटतोय? घशाला कोरड पडली. पण मी घाबरलेय हे बघून तो माणूस म्हणाला, टेन्शन घेऊ नका. कारला दोन स्टेअरिंग असतात. हे समोर दिसतंय ते एक स्टेअरिंग. आणि दुसरं आपल्या मनात असतं. तुम्हाला दुसऱ्या स्टेअरिंगचा पण अंदाज आलाय आता. छान चालवताय तुम्ही. त्यानंतर मी चांगली एक तास गाडी चालवत होते. अजूनही मी स्टेअरिंग हातात असल्यासारखीच फिरतेय घरात. कदाचित पुन्हा कधी मी गाडी चालवणारही नाही. पण आज माझा आत्मविश्वास मला परत मिळाला. कुणीतरी थोडा विश्वास दाखवला, थोडं प्रोत्साहन दिलं तरी खूप आनंद होतो. जग बदलून जातं. तू कार घेऊन जेवढा आनंदी होतास त्यापेक्षा जास्त आनंदी आहे मी आज.

•••

ती काय म्हणाली?

निशांतला बाईक घ्यायची होती. दोन लाखाची. थोडे पैसे टाकले की चांगली जुनी कार येईल असं वडील म्हणत होते. पण निशांतला बाईक पाहिजे होती. आईलाही एवढे पैसे टाकून पोराने बाईक घ्यावी असं वाटत नव्हतं. पण आईचं मन. आईने निशांतच्या वडिलाना कसंबसं राजी केलं. कर्ज घेऊन निशांतच्या वडिलांनी त्याला बाईक घेऊन दिली. खूप आई वडिलाना वाटतं तसं निशांतच्या आई वडिलांनाही वाटत होतं की कॉलेजला जायला सोपं व्हावं म्हणून मुलाने बाईक घेतली आहे. पण तसं नसतं नेहमी. निशांतचं जान्हवीवर प्रेम आहे. जान्हवीला इम्प्रेस करण्यासाठी तो नवे बूट, नवे शर्ट, नवा गॉगल असं काय काय करत असतो. पण त्याच्या प्रयत्नांना अजून यश आलेलं नाही. जान्हवीचा एक आवडता इंग्रजी गायक आहे. त्याने पूर्ण टक्कल केलय. म्हणून निशांतने पण केलं होतं. जान्हवीने दखल घेतली नाही. पण मित्रांनी विचारायला सुरुवात केली, घरी सगळं ठीक आहे ना? केस का कापले? उत्तर देता देता निशांत वैतागून गेला. जान्हवीच्या मैत्रिणीने एकदा निशांतला सांगितलं की तिला ती अमुक बाईक आवडते. लगेच निशांतच्या डोक्यात चक्र सुरु झालं. पण किंमत ऐकून तो आधी हादरून गेला. पण काहीही करून बाईक घ्यायचीच हे ठरवून टाकलं. गेले दोन तीन महिने त्याने ती बाईक घ्यायची म्हणून घरच्यांना हैराण करून टाकलं. शेवटी कर्ज काढून का असेना बाईक घरी आली.

बाईक आली तो दिवस शुक्रवार संध्याकाळ. दोन दिवस कॉलेजला सुट्टी. आता जान्हवी थेट सोमवारीच कॉलेजला येणार. तेव्हाच ती आपली बाईक बघणार. जान्हवी दहा वाजता मैत्रिणीबरोबर कॉलेजसमोर डोसेवाला आहे तिथे जाते. ती एक कन्फर्म वेळ आहे. त्या वेळी बाईक घेऊन चक्कर मारायची सोमवारी. निशांतचा मित्र विनोद डोसेवाल्यापाशी थांबणार होता. निशांतची बाईक गेल्यावर जान्हवीची प्रतिक्रिया काय होती, ती काय म्हणाली ते विनोद सांगणार होता. त्या क्षणासाठी, त्या प्रतिक्रियेसाठी निशांत आतुर झाला होता. कधी सोमवार येतो, कधी आपण हॉर्न वाजवत गाडी रेज करून डोसेवाल्यासमोरून घेऊन जातो असं झालं होतं त्याला.

सोमवार उजाडला. दोन दिवस निशांतने मनसोक्त सराव केला होता. दहा वाजायला अर्धा तास अवकाश होता तरी निशांत तिथे येऊन थांबला. दहा वाजता जान्हवी समोरून येताना दिसली. विनोद डोसेवाल्यापाशी जाऊन उभा राहिला.निशांतने बाईक सुरु केली. नवीन बाईक. सेकंदात पिकअप घेणारी. आवाज असा की रस्त्यातली सगळी माणसं बघायची. निशांत निघाला. जान्हवी त्याच्याकडे बघत नव्हती. ती मैत्रिणीसोबत डोसा तयार व्हायची वाट बघत होती. निशांतने लक्ष वेधून घेण्यासाठी गाडी रेज केली. क्षणात जोरदार आवाज झाला. आसपासच्या सगळ्या लोकांनी दचकून पाहिलं. निशांतची गाडी खूप पुढे निघून गेली. लोक बघत राहिले.

डोसा विकणारा त्या आवाजाने दचकला होता. आधीच तो गर्मीने हैराण. त्यात गरम तव्यापुढे उभा. डोसावाला साउथचा होता. त्याच्या विशिष्ट शैलीत तो म्हणाला, हरामी साला. त्याच्याच दुकानावर डोसा खायला एक प्राध्यापक बाई उभ्या होत्या. त्या म्हणाल्या, या बाईकवाल्यांच्या आई बापाला तुरुंगात टाकलं पाहिजे. निशांत गाडी घेऊन गेला तिथे एक गरीब म्हातारा बसतो. चप्पल शिवतो. त्याला तर अशा मोठ्याने आवाज करणाऱ्या बाईकचा खूप राग येतो. तो म्हातारा म्हणाला, बापाला जास्त झालंय सालं. रस्त्याच्या कडेला एक बाई बोरं आणि चिंचा घेऊन बसते. त्याच रस्त्याने शाळेची मुलं पण जातात म्हणून. बाईकचा आवाज ऐकून ती बाई म्हणाली, मरत पण नाहीत मेले. त्याच कॉलेजमध्ये शिपाई असलेले मनोहरकाका सायकलने चालले होते. निशांतची बाईक जोरात त्यांच्या शेजारुन गेली होती. घाबरून गेले होते मनोहरकाका. जोरात ओरडले, हळू चालव ना डुकरा. मनोहर काका क्षणभर थांबले होते. वय झाल्याने आजकाल त्यांचा जीव घाबराघुबरा होतो. त्याच रस्त्याने दोन शाळेतल्या मुली चाललेल्या होत्या. त्या रस्ता क्रॉस करणार होत्या. पण एवढ्या वेगात निशांतची बाईक समोरून गेल्यामुळे दोघी घाबरून गेल्या. त्यांच्यातली एक मुलगी जोरात ओरडली. इडियट! त्याच रस्त्याने दोन वयोवृद्ध माणसं चाललेली होती. काहीतरी बोलत होते. आवाजाने वैतागले. त्यांच्यातला एकजण म्हणाला, लाखाची बाईक वापरू देतात पालक. पण हजार रुपयाचं हेल्मेट वापरायला शिकवत नाहीत. मरायला सोडून देतात पोरांना रस्त्यावर. निशांतची बाईक गेली त्या शंभर फूट अंतरात किमान पन्नास लोकांना त्याचा भयंकर राग आला होता. एकतर शाळा कॉलेजचा परिसर. गर्दीची वेळ. आधीच गोंगाट. त्यात वर असा कर्कश्श आवाज. कसा सहन होईल? कुणाला सहन होईल? पण त्या परिसरात तरुण मुलं असे आवाज करत बाईक चालवत असतात. निशांतने जानव्हीला इम्प्रेस करण्यासाठी एवढा अट्टाहास केला होता.

दोन लाख रुपयांची बाईक. आई-वडील विचार करत होते की आपण आपल्या मुलाला खूप मोठा आनंद मिळवून दिला. निशांतने बाईकच्या मागे dads गिफ्ट असं

रंगवून घेतलं होतं. पण प्रत्यक्षात दोन लाखाच्या बाईकने काय दिलं होतं? कारमध्ये म्युझिक ऐकत बसलेले दोन मित्र त्या आवाजाने वैतागले होते. निशांतच्या बाईककडे बघत त्यांच्यातला एकजण म्हणाला, ह्याच्या बापाला पैसे जास्त झालेत का पोरगा जास्त झालाय? हे ऐकून दुसरा हसला. डोसेवाल्याकडे प्लेट विसळायला एक बाई होती. घाबरून तिने प्लेट आपटली. बाईकचा आवाज ऐकून. म्हणाली, मेला मुडदा! उलथल बघा एक दिवस. उचलायला सुद्धा कुणी यायचं नाही कुत्र्याला. हे मोजके आवाज. मोजके उद्गार. आणखीही खूप काही बोलले होते लोक. जोरात हॉर्न किंवा कर्कश्श आवाज ऐकून बोलत असतात लोक. पण निशांत?

विनोदचा फोन वाजला. काहीच वेळात. निशांतचा फोन होता. निशांतने विचारलं. तिने पाहिलं? काय म्हणाली ती? सांग ना पटकन. विनोद काही बोलत नव्हता. निशांतचा संयम संपला होता. तो ओरडला, अरे सांग ना लवकर. काय म्हणाली ती? विनोदने सांगितलं, बास्टर्ड! जान्हवी एवढा एकच शब्द म्हणाली होती. बास्टर्ड!

www.ingramcontent.com/pod-product-compliance
Lightning Source LLC
LaVergne TN
LVHW090400051026
849518LV00006B/2195
9788119311866